யா-ஓ

(மறைக்கப்பட்ட மார்க்கம்)

எழுத்தும் தொகுப்பும்
சிவசங்கர் எஸ்.ஜே.

The views and opinions expressed in this book are the author's own. The facts contained here in were reported to be true as on the date of publication by the author to the publishers of the book, and the publishers are not in any way liable for their accuracy or veracity.

யா-ஒ * மறை புனைவு * ©சிவசங்கர் எஸ்.ஜே. * முதல் பதிப்பு: டிசம்பர் 2021

Yaa- O * Occult Fiction * ©Sivasankar S.J * First Edition : December 2021

Pages : 126
Price : 150

Cover design : Gobu Rasuvel
Illustrations : Dindugal Thamizhpithan
Inside design : Santhosh Kolanji

Published by :

Yaavarum Publishers
24, Shop no - B, S.G.P Naidu Complex,
Dhandeeswaram Bus Stop
Opp: Bharathiar Park
Velachery Main Road
Velachery, Chennai - 600 042
Url : www.yaavarum.com; www.be4books.com

All rights, including professional, amateur, motion pictures, recitation, public reading, broadcasting and the rights of translation into foreign languages are strictly reserved. No part of this book may be reproduced in whole or in part or utilized in any form or by any means electronic or mechanical, including photocopying, recording or by any information storage and retrieval system now known or hereafter invented, without the prior written permission of the author/publisher.

சிவசங்கர் எஸ்.ஜே. (1976)

எழுத்து, காட்சி ஊடகம், ஆய்வு, மொழிபெயர்ப்பு எனப் பன்முகத் தளங்களில் தொடர்ச்சியாக இயங்கிவரும் சிவசங்கர், ஐந்து குறும்படங்கள் இரண்டு ஆவணப்படங்கள் இயக்கியுள்ளார்.

கடந்தை கூடும் கேயாஸ் தியரியும் (2012), சர்ப்பம் அவளை வஞ்சிக்கவில்லை (2017) ஆகிய இரு சிறுகதைத் தொகுதிகள், இது கறுப்பர்களின் காலம் என்கிற மொழிபெயர்ப்பு (2021) கவிதைத் தொகுதியும் நூலாக்கம் பெற்றுள்ளன.

தொடர்புக்கு: 9842562500.
prismshiva@gmail.com

நண்பர்கள்
செந்தூரன், வெங்கட், இளவேனில், சிவராஜ், பாரதி
நால்வருக்கும்

பீடிகை

மறைக்கப்பட்ட மார்க்கம்

திருச்சாணரத்து மலையின் சமணப் பள்ளி பதிமூன்றாம் நூற்றாண்டு வரை தாக்குப்பிடித்திருக்கிறது. அதில் பயின்று பின் அதினின்றும் வெளியேறிய யா/ஓ ஆசான் தனக்கென ஒரு மார்க்கத்தைத் தொடங்கினார். அமணத்தின் கடும் துறவொழுக்கமும், மடத்தின் நடைமுறை பெண்வெறுப்பும் வேறுபடுவதற்கான காரணங்களாகச் சொல்லப்படுகின்றன. பிற வலுவான காரணங்களும் இருக்கலாம் "யா/ஓ"வுக்கும் அவரது பிரதான சிஷ்யரான "யா/அ"வுக்கும் இடையே நடைபெற்ற கதையாடல்களாக அத் தத்துவம் பின் வந்த சிஷ்யர்களால் பெரும் அரசியல் நெருக்கடிகளுக்கு நடுவே பதினான்காம் நூற்றாண்டிலிருந்து வாய்மொழியாகத் திரட்டப்பட்டு பதினெட்டாம் நூற்றாண்டு இறுதியில் உரையாடல் வடிவில் தொகுக்கப்பட்டது. யா/அவின் வழிவந்த வள்ளுவநாத நயினார் என்பவர் அவற்றைப் பனையோலை ஏட்டில் ஏற்றினார்.

"கேளப்பா சத்தமின்மை வெயிலுக்குமுண்டாம்.
பாரப்பா கத்துமோசை நிழலுக்குமுண்டாம்"

என சித்தர்கள் பாடல்களின் பாணியில் அமைந்த இவை, வெறும் ஒரு பிரதி மட்டுமே பொறிக்கப்பட்ட நிலையில் பின்னர் எளிய தமிழில் அதே தலைமுறையைச் சார்ந்த பூநாத நயினாரின் பேரனான அச்சமுத்து நயினாரால் காப்பாற்றப்பட்டது. மூலப்பிரதி அழிந்துபோன நிலையில் இன்று குமரிமாவட்டம் விளவங்கோடு தாலுகாவின் சிதறால் கிராமத்தில் வசிக்கும் வேதமாணிக்கம் என்பவரிடம் கள் ஆய்வில் கிட்டிய யாவோ மார்க்கத்தின் நூற்றியெட்டு உரையாடல்களை ஆவணப்படுத்தியுள்ளோம்.

இவற்றுள் பதினெட்டு உரையாடல்கள் இடைச்செருகலாக இருக்கலாம். என கள ஆய்வில் ஈடுபட்ட குழுவினர் கருதுகின்றனர். காலக்குழப்பம் சிலவற்றில் பயின்றுவருவதைக் குழுவினர் சுட்டினர். (உதாரணமாக மரச்சீனிக் கிழங்கின் காலம் பதினேழாம் நூற்றாண்டு) அந்தக் குறிப்பிட்ட பகுதிகளை வாசகர்களின் சுயதேர்வுக்கு விட்டுவிடுகிறோம்.

"யாவோ — யாவா வர்த்தமானங்கள்" என புழங்கு மொழியில் அழைக்கப்பட்ட இவற்றில் ஜப்பானிய ஜென் கதைகள் மற்றும் சூஃபிக் கதைகளின் தன்மையையும் சித்தரிய பரிபாஷையும் நாட்டார் வழக்காற்றியல் கூறுகளும் ஊடாடுவதை, அதே நேரம் அன்றாட இல்லற வாழ்வின் பாடுகளையும் அலசுவதாக முன்னிறுத்த முடிகிறது. எளிய மனிதர்களின் சிக்கல்களிலிருந்து பெரும் தத்துவ தர்க்கத்துக்குள் இவை நகர்ந்துபோவதை உணரலாம். புதிய அனுபவங்களைக் கொடுக்கும் யாவோவின் கதைகள் நம்மோடான சமத்துவ உரையாடலைத் தொடர உதவுபவை.

தொல்காப்பியம் அறிவர் (தாபதர்) என அழைக்கும் ஞானிகள் வழியில் வந்தவராக யாவோவைச் சொல்லலாம். வழக்கமான துறவிகள் போலன்றி மறுப்பாளராக (Heretic),இன்பவியல் கொள்கை கொண்டவராக (Hedonic), யா/ஓ ஆசானை அடையாளப்படுத்த முடிகிறது. வழமையான ஆசான் சீடப் படிநிலை அதிகாரத்தையும் யாவோ மார்க்கம் தகர்க்கிறது. ஆசீவக, பௌத்தக் கருத்துகள் இந்த உரையாடலில் தொக்கி நிற்பதை ஆய்வுக் குழுவினர் குறிப்பிட்டனர். எல்லாரிடமும் சென்றடைவதன் பொருட்டு கடுமையான வட்டார வழக்குகளும் பழந்தமிழ்ச் சொற்களும் நீக்கப்பட்டு எளிமையாக உரை எழுதப்பட்டுள்ளதையும் சொல்ல வேண்டியிருக்கிறது.

செம்பள்ளி ஆய்வு வட்டத்தின் தலைவர், நண்பர், கவிஞர் தாணு பிச்சய்யா, பின்னுரைக் கருத்தாக்கம் வழங்கிய ஆய்வாளர் அம்பிகா வள்ளிநாயகம், கள ஆய்வில் உதவிய நண்பர்கள் ஹல்லாஜ், பாபு, ஆஷா, எழில், உமா, ஜெ.பி, ஆகியோருக்கு அன்பு.

எப்போதும் உடனிருக்கும் நண்பர்கள் ஒவ்வொருவருக்கும் எங்கள் நெஞ்சின் நன்றிகள்.

"மாயச்சித்திரன்" பித்தனின் ஓவியங்கள் இன்றி இத்தொகுப்பு முழுமை பெற்றிருக்காது. அவனது விரல்களின் வீச்சில் கோடுகள் உயிர்பெற்று தனி ஆவர்த்தனம் புரிகின்றன. ஓவியங்கள் தனியே ஓர் உரையாடலை நடத்துவதை தொகுப்பினூடே உணர்வீர்கள்.

(செம்பள்ளி ஆய்வுக் குழுவின் சார்பாக)

அன்புடன்
சிவசங்கர் எஸ்.ஜே.

நிழல்

யாவோ ஆசான் அன்று எண்ணை தேய்த்துக் குளிக்க உட்காந்திருந்தார்

சிஷ்யன் யாவா மெல்ல அவரருகில் அமர்ந்து கேட்டான்

"ஆசானே பயமாக இருக்கிறது."

"எப்போது எதற்கு?"

"எப்போதும் எல்லாவற்றிற்கும்தான்"

"உன் நிழல் அது யாவா, கூடவேதான் வரும்.. சாட்டையின் நிழலைக் கண்டால் பயந்துபோகும் மாடுகளைப் பார்த்திருக்கிறாயா? தன் நிழலைக் கண்டே பயப்படும் குதிரைகளைக் கேட்டிருக்கிறாயா.?"

"ம்ம்.. பயம் நல்லதா?"

"கத்தியின் நிழல் உன்னைக் குத்தும், கம்பின் நிழல் உன்னை அடிக்கும், சிரமமில்லையா?"

"எப்படி மீறுவது?"

"நிழலற்றுப் போ..."

"வழி?"

"வெளிச்சம் படாமல் இரு..."

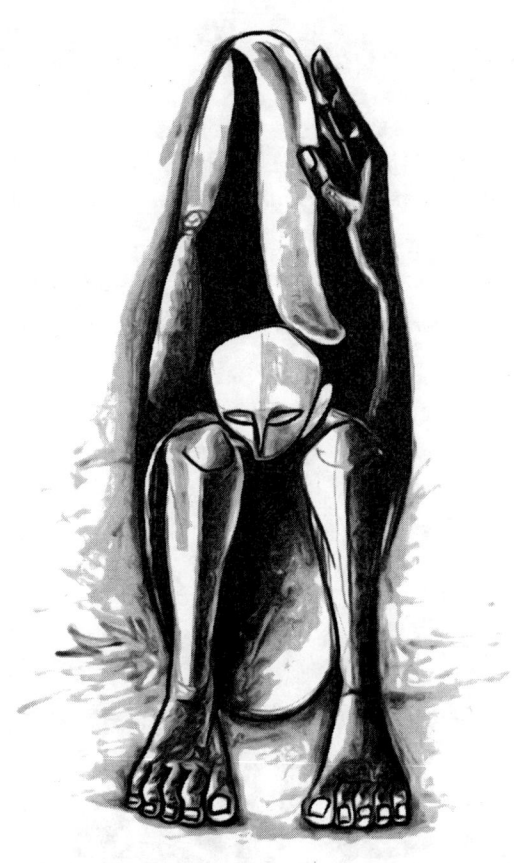

நான்

“தான் மறைவது எக்கணம் ஆசானே?”

“நாயைப்போல் இருத்தல் வழி

தானற்று இருப்பது சாத்தியம்.

ஆனால் யாவா, சுழலும் வாலும், நக்கும் நாவும் ஒப்புக்கொடுத்தலின் உறுப்புகள்.. அவை உடலில் இல்லை”

சுக்கான்

வீட்டு விசேசத்திற்குப் புதுப்பானை வனையச் சொல்லியிருந்ததை வாங்கிவர ஆசான் புறப்பட்டார். கூடவே யாவாவும் உடன் நடந்தான்.

"சுமைகளைச் சக்கரங்கள் எளிதாக்குகின்றன யாவா. நேர்மறை எண்ணமே சக்கரங்கள்" தொடர்ந்தார் யாவோ

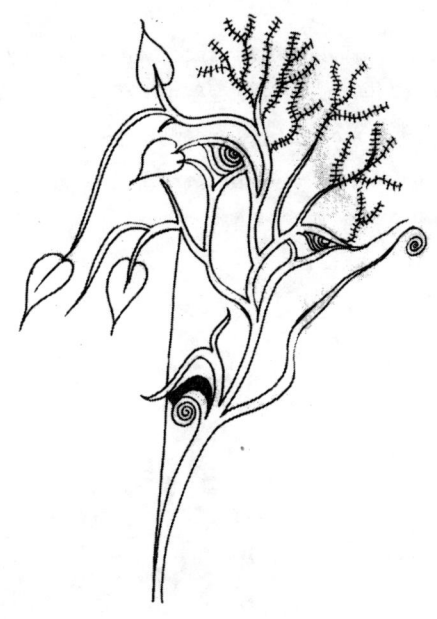

உறவு

சாணக்குண்டில் இறங்கி ஆசான் ஒவ்வொரு கடவமாய் உரத்தை நிறைத்து குழியின் மேல் நின்ற சிஷ்யனிடம் ஏந்திவிட்டார்.. யாவா சற்று தூரத்தில் இருந்த வயக்கரையில் கொட்டிவிட்டுத் திரும்பி வந்தான்.

மொத்தக் குழியும் காலியானதும் ஓடையில் கைகால் கழுவி முடித்து உணவருந்த அமர்ந்தனர்.

"சகலத்தையும் முளைத்து வளர்த்தும் அன்பு, கருகி வீழ்த்தும் பகை இல்லையா, ஆசானே?"

"ஆம் யாவா, இது மண்ணுக்கு மட்டுமல்ல"

அமைதி

மெல்லிய தென்றல் வீசும் மாலைநேர வேப்பமரத்தடிக் காற்றில் அமர்ந்திருந்தபோது யாவா கேட்டார்

"மன அமைதிக்கும் வயதுக்கும் சம்பந்தம் உண்டா, ஆசானே?"

"சப்தமின்மை வெயிலுக்கும் உண்டு, கத்தும் ஓசை நிழலுக்கும் உண்டு யாவா"

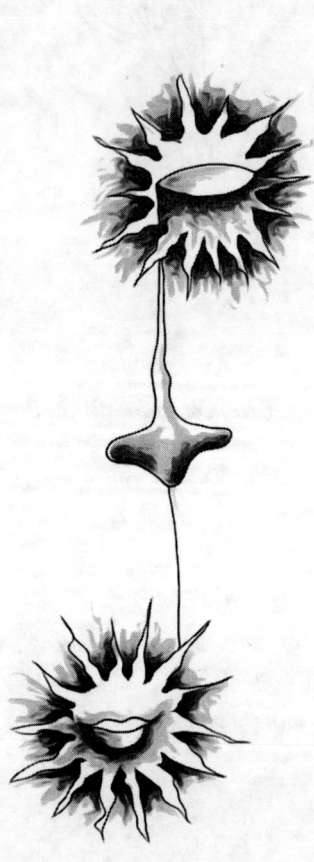

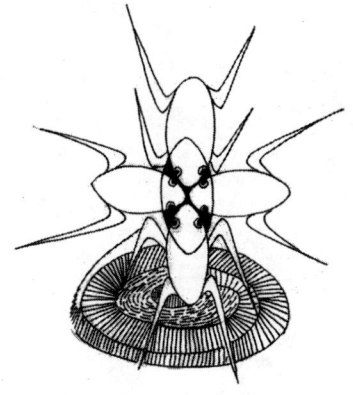

விடாமல்

தன் பேரக்குழந்தைகளுடன் விளையாடிக்கொண்டிருந்த யாவோ, யாவாவைப் பார்த்ததும் தனியே வந்தார்..

“வந்ததும் வராததுமாக இந்த எண்ணங்கள் துன்பங்கள் ஆசானே” யாவா சலித்துக் கொண்டான்

யாவோ செருமிக்கொண்டே சொன்னார்:

“தவளையொன்று பாலிருந்த பானையில் விழுந்துவிட்டது; சற்றும் தளரவில்லை. சுழன்றுகொண்டே இருந்தது, சுழன்றுகொண்டே இருந்தது. பால் திரிந்து வெண்ணையாகி கெட்டியானது... தவளை கரையேறிவிட்டது. அவ்வளவுதான்.”

சிக்கல்கள்

பாவைக்கூத்து நடந்துகொண்டிருந்தது.. ஆசான் லயித்திருந்தார், "பாவைகள், பாவைகள்" என்று அரற்றிக்கொண்டே யாவா கேட்டான்:

"ஆசானே துயர், சிக்கல், நெருக்கடி எல்லாம் எல்லாருக்கும் பொதுவானவைதானே?"

"மீன்களுக்குப் புழுயிட்ட கொழு, மாந்தர்க்கோ பழுயிட்ட வழு"

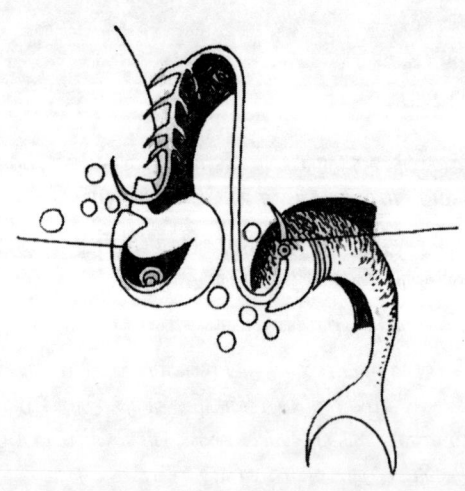

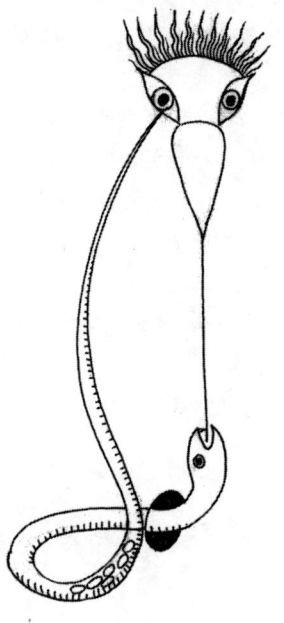

திறமை

கோழிகளை மேய்த்துக்கொண்டிருந்த ஆசான் சற்றுக் கண்ணயர்ந்தார்.. இதமான காற்று, ஆழ்ந்த உறக்கத்திலிருந்து விழித்து வானம் பார்க்க, பருந்து வட்டமிட்டுக்கொண்டிருந்தது..

"பாம்புக்குப் பயமே பலம்"

வாய்விட்டுச் சொன்னார் யாவோ.

கோழிகளோடு வீடு திரும்பினார் யாவோ.

முதிர்தல்

தோட்டத்தில் மரங்களைப் பார்வையிட்டுக்கொண்டிருந்தார் ஆசான்.

யாவாவை அப்போதுதான் கவனித்தார்.

"சட்டென்று உணர்ச்சிவசப்படுகிறேன் ஆசானே, தவிர்க்க முடியவில்லை"

"அது இயல்புதான் யாவா,"

யாவோ சொல்லத் தொடங்கினார்: "திராட்சைகள் பிஞ்சில் புளிக்கும், பின் இனிக்கும், அதுவே ஊறிப்புளித்து மதுவானால் துவர்க்கும்..

ஒவ்வொரு பருவம், ஒவ்வொரு சுவை."

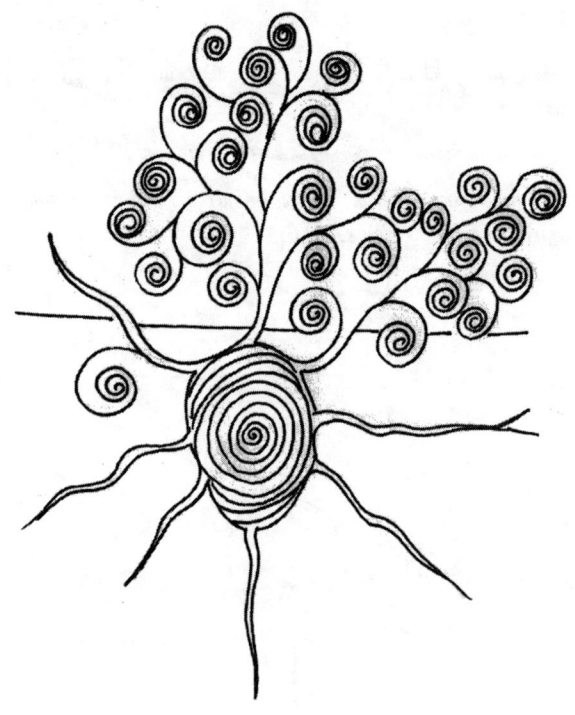

ஒற்றைச்சொல்

"சொற்கள் என்ன அவ்வளவு மதிப்பு கொண்டதா?"
ஆயினிப் பழத்தின் சுளைகளை ஒவ்வொன்றாய்ச் சுவைத்துக்கொண்டே யாவா கேட்டான்.

"நெஞ்சில் ஊறியிருக்கும் ஒரு சொல்; விதைக்குள் படர்ந்திருக்கும் ஆல். ஒரு சொல் வழி நடக்க ஒரு ஆயுள் போதாது யாவா"

பேறு

ஆசான் அன்று நோன்பிலிருந்தார். யாவா அன்று பட்டினியா—
யிருந்தான்.

யாவோ சோர்வான சிஷ்யனைப் பார்த்துவிட்டுச் சொன்னார்

"பார்வையில்லாதவரை வழிநடத்தும் நாய், பார்வையற்றவனைத்
துரத்தும் நாய்... இந்தப் பணம்"

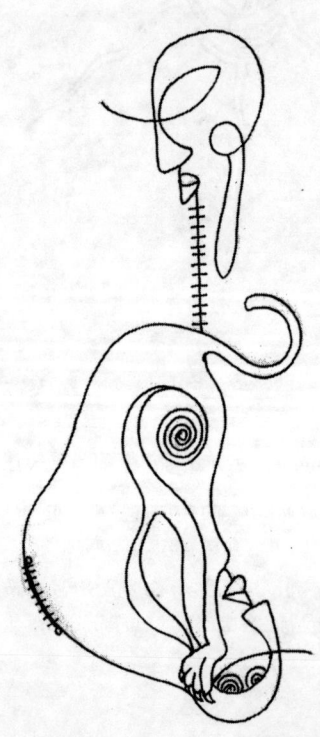

தாயன்பு

குமரி லேகியம் கிண்டிக்கொண்டிருந்த ஆசான், யாவாவின் கேள்வியை ஒரு முழு நிமிடம் நிதானித்து உள்வாங்கினார்
"அன்பின் தூரத்தைக் கணிக்க முடியுமா ஆசானே?"
சற்றுப் பிந்தி யாவோ புன்னகைத்தபடி சொன்னார்:
"புளியமரத்துக்கும் வேப்பமரத்துக்குமான தூரம் அது"

வேகம்

“புலப்படாப் பாதைகளின் தடையறிகையில் நீ வௌவால். கண்ணுக்கெட்டாக் காத்திருப்பின் காலமறிகையில் நீயோ நத்தை யாவா.”

“மானுக்கும் புள்ளிகளுண்டு; புலிக்கும் புள்ளிகளுண்டு. அங்கு இரையே இறை; பிழைத்தலே மறை.
காட்டில் வெற்றியுமில்லை தோல்வியுமில்லை.”

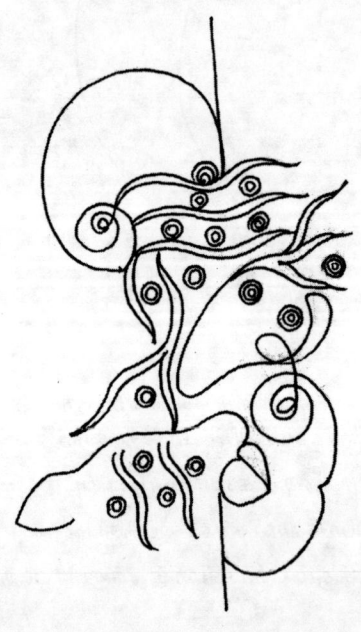

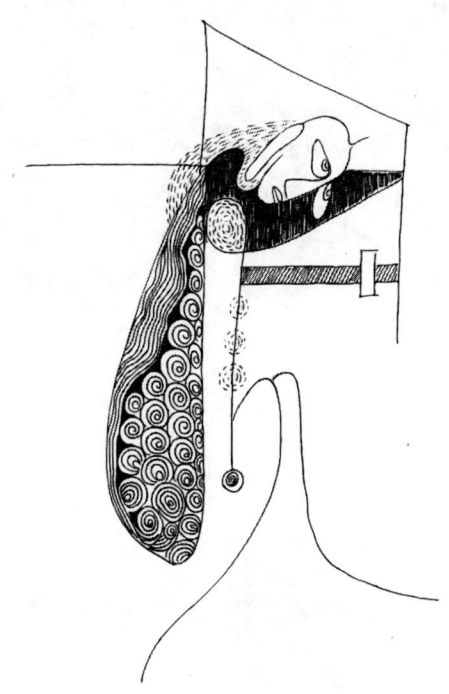

வெளியேற்றம்

திண்ணையில் சில நண்பர்களோடு பேசிக்கொண்டிருந்தார் ஆசான். ஒவ்வொருவராக விடைபெற, எஞ்சியிருந்த யாவா சொன்னான்:

"ஏதோ எல்லாம் சலித்துவிட்டது."

"சரிதான், நீ வெளியேறலாம். ஆனால் வெளியேறும்முன் முதலில் கதவை அடைய வேண்டும் யாவா, நான் அப்படித்தான் வெளியேறினேன்."

விசித்திரம்

கல்படுகை ஒன்றைக் கொத்தியபடி யாவா கேட்டான்: "மனம் என்பது விசித்திரமான வஸ்து இல்லையா ஆசானே?"

"ஆம் பாகுபாடும் தெரிவும் கொண்டது அது."

"மனநோயாளி ஆகிவிடுவேனோ?"

"மனம் என்பதே நோய்தான்" என்றார் யாவோ.

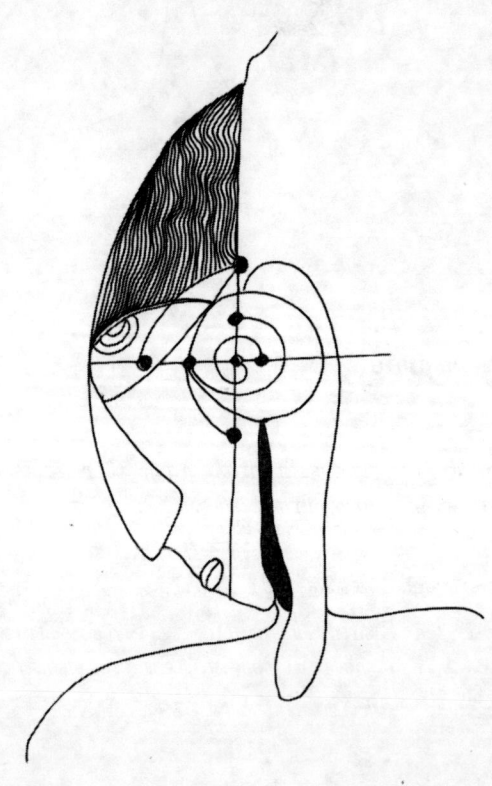

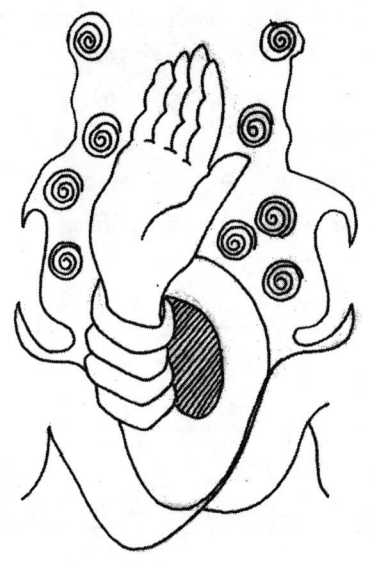

ஆறுதல்

அதிகாலையில், உவர்மண் எடுக்க ஆற்றங்கரைக்கு வண்டி கட்டி வந்திருந்த இருவரும் வேலை முடிந்து திரும்பிக்கொண்டிருந்தனர்.

"சாஸ்திர, வஸ்திர, ஔடத, அன்ன தானங்களைவிட வலியதும் உண்டா, ஆசானே ?"

"ஏற்ற காலத்தின் கைப்பிடிப்பு, யாவா"

புன்னகைத்துச் சொன்னார் யாவோ.

உருகுதல்

நெடுநாட்களாகக் கண்ணில்படாத யாவாவைக் காண யாவோ அன்று அவன் குடிலுக்கு வந்திருந்தார்.

யாவாவின் கன்னங்களில் குழிவிழ ஆரம்பித்திருந்தது.

"எண்ணங்கள் நெருப்பாலானவை என்பதை உனக்கு சொல்லி— யிருக்கிறேன், யாவா.

இந்த உடல் மெழுகாலானது.. புரிகிறதா?"

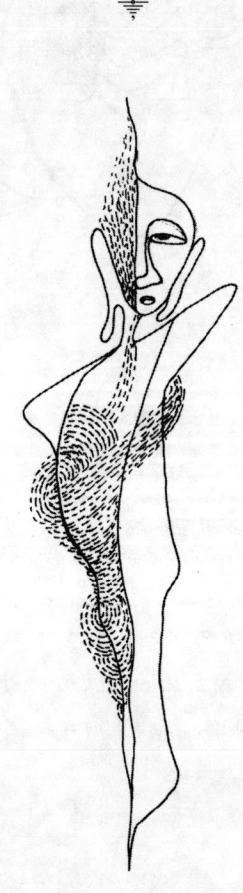

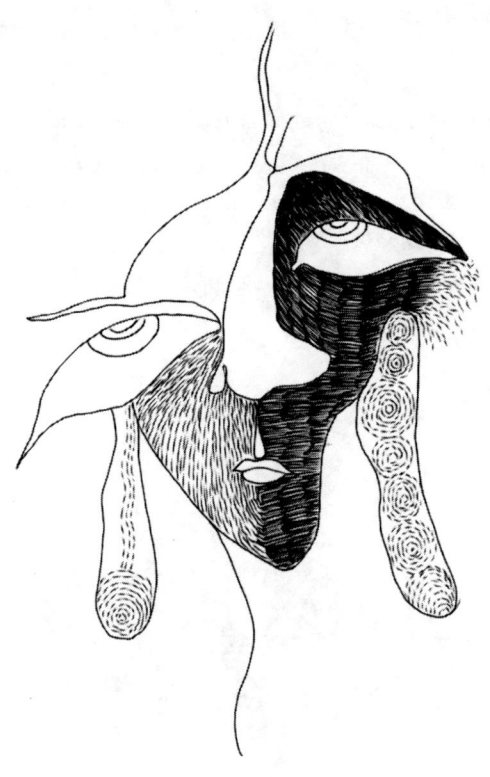

அதீதம்

"துருத்தியை ஊதியபடி கண்ணெரிய அமர்ந்திருந்த யாவோவிடம் யாவா கேட்டான்:

"அன்பின் எதிர்நிலை குரூரம்; அப்போது அன்பின் உச்சமோ?"

"ஒருகையில் காமம் ஒருகையில் வெறுமை. அன்பின் நேர்நிலை அன்பு மட்டுமே"

யாவோவின் கையைக் கண்ணில் ஒற்றிக்கொண்டான் யாவா.

புரியவில்லை

"அறிதல், புரிதல், தெரிதல், தெளிதல் எல்லாம் எதன் சிக்கல்கள்?"

"அருவியை, குயிலை, பூக்களை, காற்றை, மேகத்தை உன்னால் அறியமுடிகிறதா? புரியமுடிகிறதா? தெரியமுடிகிறதா? தெளியமுடிகிறதா?

சொற்களின் சிக்கல், யாவா, வெறும் சொற்கள்"

வழிகாட்டி

"உங்கள் ஆசான் உங்களுக்கு என்ன உபதேசித்தார், ஆசானே?" நல்ல காலநிலை கொண்ட அந்த நாளின் அதிகாலையில் யாவா மெல்லியகுரலில் கேட்டான்.

"வழியற்ற வழியில் வலியும் இல்லை; பாதையற்ற பாதையில் இலக்கும் இல்லை; இலக்கற்ற வழியில் பயணமும் இல்லை; போதனையற்ற வெளியில் பின்பற்றுதலும் இல்லை."

உடைமை

வீட்டுக் கொல்லைப்புறத்தில் மண்வெட்டியால் கிண்டிக் கிளைத்துக்கொண்டிருந்தார் யாவா. உலக நடப்புகள், மன்னர்கள், பேரரசர்கள் எனச் சுழன்றது பேச்சு. முடிகையில் யாவா கேட்டான்:

"உலகை வெல்வது என்பது நாடுகளை, நிலங்களை வெல்வதா?"

"ஒரு புள்ளியளவு மண்ணை வென்றவன் இங்கு யாருமில்லை, யாவா"

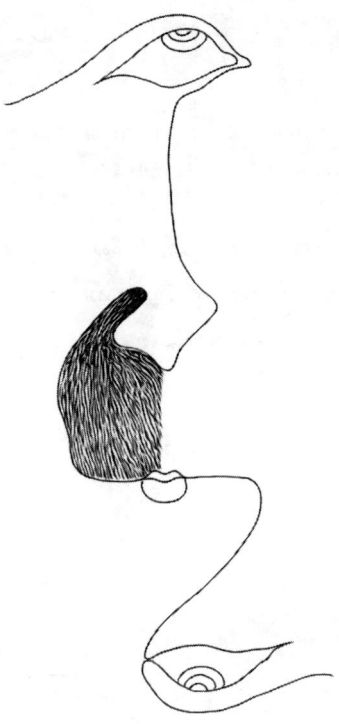

பார்வை

அதிகாலையில் வழமையாக ஆசான் நடைபயிலும் ஆற்றின் கரையோரத்தில் யாவா காலைக்கடன் கழிக்க வந்திருந்தான்.. ஆசான் மௌனமாய் அவனைப் பார்த்துச் சூழலைக் குலைக்கா வண்ணம் முறுவலித்தார்.

"நீங்கள் கவனிக்கிறீர்களா, இல்லை பார்க்கிறீர்களா ஆசானே?" யாவா நுட்பமாய்க் கேட்டான்.

"கவனித்தலுக்கும் பார்வைக்கும் மலையளவு வித்தியாசம் உண்டு யாவா. ஆனால் நானோ என் கண்களுக்குள் விழுந்துவிட்டவன்."

மெய்

அன்றைய தினம் யாவோ உற்சாகமாய் இருந்தார். எப்போதும் மெல்லிய புன்னகையைச் சிந்தும் அவரது முகம் அன்று சிரிப்பால் ஜொலித்தது.

யாவா கேட்டான்: "என்ன ஆசானே இன்று இவ்வளவு மகிழ்ச்சி?"

"நான் ஓர் உண்மையை இன்று கண்டுபிடித்துவிட்டேன் யாவா, "பொய்க்கு நாவு தேவையில்லை"

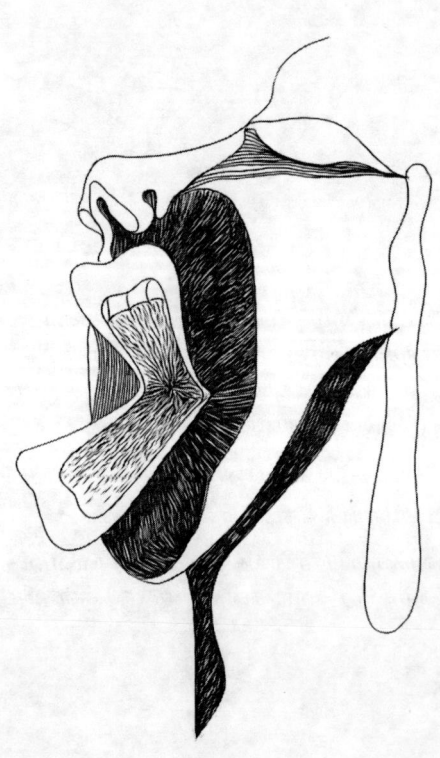

வேட்கை

காக்கட்டையில் நீர் இறைத்துக்கொண்டிருந்தான் யாவா.

ஆசான் அவ்வழியே வயலுக்குச் சென்றுகொண்டிருந்தார், இருவருமாய் இளங்குடியை முடித்துவிட்டுப் பேசிக்கொண்டார்கள்.

"தேடல் மிகும்போது இந்த மனிதர்கள் என்னவாக ஆகிறார்கள், ஆசானே?"

"எளிமையானது யாவா எளிமையானது,

தாகம் நீரைத் தேடும்:

கிணறு தாகத்தைத் தேடும்.

நாமேதான் அந்த விடை

"ஏன் இவ்வளவு பதிலில்லாக் கேள்விகள்? என்ன விதமான ரகசியக் கணக்குகள்? ஏன் உலக நடப்பு இவ்வளவு சிக்கலானதாக இருக்கிறது?"

"கேள்விகளுக்கான விடைகளைக் கேள்விகளே தரும்; விடைகளுக்குப் பொருத்தமான கேள்விகள் நாமே கேட்டுக்கொள்ளலாம் யாவா...

இந்தப் பிரபஞ்சம் கேள்வி என்றால் நாம்தான் அந்த விடை. கேள்வி நாமென்றால் இந்தப் பிரபஞ்சம் விடை."

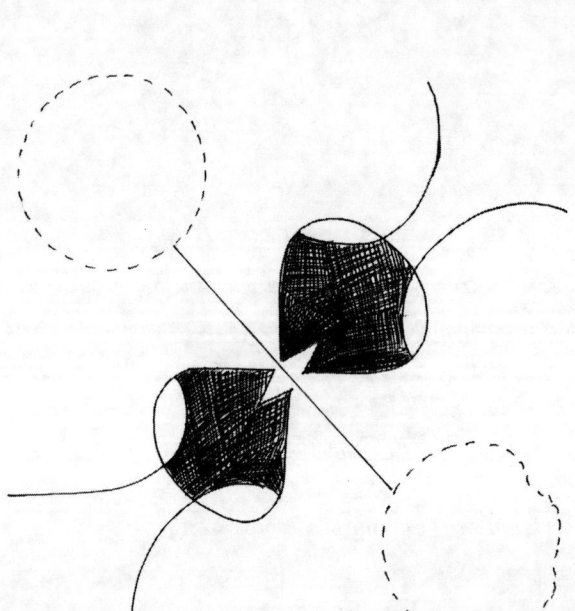

கடவுள்

"உண்மையில் இந்தக் கடவுள்தான் யார்? என்ன? எது?" யாவா கடும் பேதலிப்பில் கேட்டான்.

யாவோ சொன்னார்:

"தூக்கம், பசி, காமம், குரோதம், கோபம், நோய் எல்லாம் உடலின் அனிச்சைகள்தானே,

அனிச்சைதான் கடவுள்.

மேலும், விழியற்றவனுக்கு ஒளியே கடவுள்"

உணர்தல்

ஏதும் பேசாமல் நூல்களைப் பிரித்து சாயத்தில் முக்கிக் கொண்டிருந்தார் யாவோ

யாவா சொல்லிக்கொண்டிருந்தான்: "புலன்களால் அறிதல் பின்பு சேகரமாகி அனுபவம் ஆகிறதா, அல்லது அனுபவத்திற்கும் புலன்களுக்கும் சம்பந்தம் இல்லையா?"

யாவோ மௌனம் கலைத்துப் பேசினார்:

"ஒளி என்பது அனுபவம்;

பார்வையால் புலனாவதில்லை ஒளி"

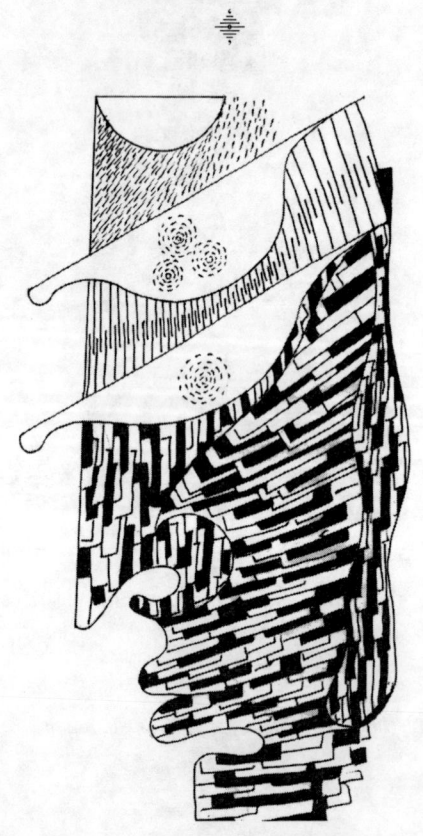

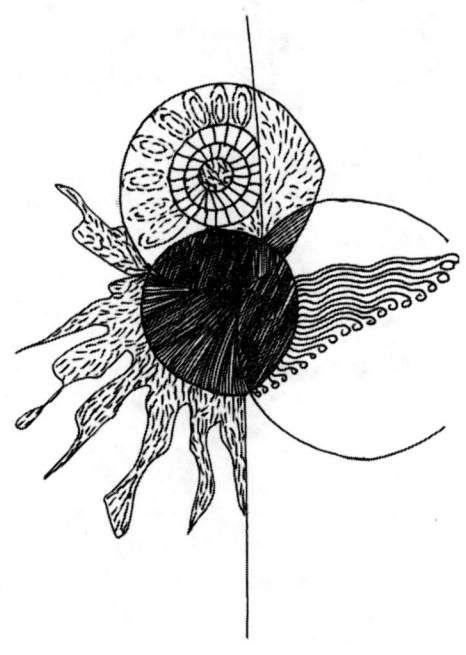

கலத்தல்

பிரபஞ்சம் ஒன்றோடு ஒன்று பின்னிப் பிணைந்து இருக்கிறது. சரி, அதை உணர்வது எப்படி? உணர்த்துவது எப்படி? யாவா குழம்பி நின்றான்

யாவோ பதிலிறுத்தார்: "நீரோடு பிணைந்த குளிர்; பூவோடு பிணைந்த மணம்; ஒளியோடு பிணைந்த வெப்பம், இவையெல்லாம் பின் என்ன?"

அலைபாய்தல்

பனிக்காலம் தொடங்கிவிட்டிருந்தது.

ஆசானும் சிஷ்யனுமாய் வெடித்த உதடுகளுக்கு வெண்ணை தேய்த்தபடி பேசிக்கொண்டிருந்தனர்.

"மனிதர்களிடையே ஆதி அந்தமாய் அவநம்பிக்கையின் விதைகள் விதைக்கப்பட்டிருக்கின்றன.. ஏன் ஆசானே இது நிகழ்கிறது?"

"போர்வைகள்" என்றார் யாவோ.

"நம்பிக்கை தன்மேல் சந்தேகம் என்ற போர்வையைப் போர்த்தியிருக்கிறது,

சந்தேகம் நம்பிக்கை என்ற போர்வையை அணிந்திருக்கிறது."

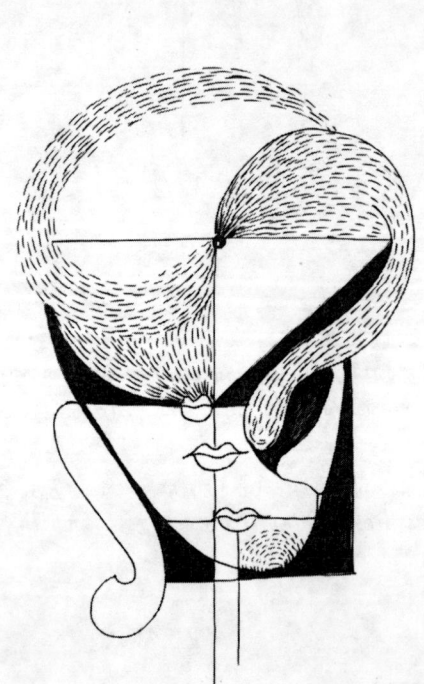

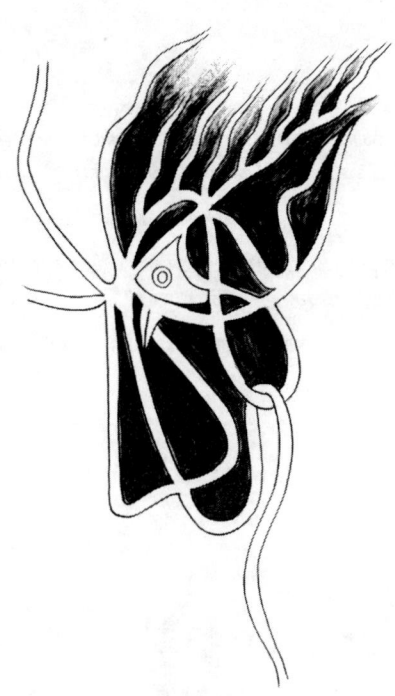

போற்றுதல்

"போதிப்பவன், போதிப்பதைத் தவிர வேறு தொழில்கள் செய்யக்கூடாது என்பது துறவறத்தின் விதியா, ஆசானே?"
யாவா குழப்பமாய்ப் பார்த்தபடி கேட்டான்.
யாவோ அதற்குப் பதிலளிக்காமல் சிரித்தார்.
மீண்டும் கேட்டான் யாவா
"நேர்மைக்குப் பதில் சூழ்ச்சியே இங்குப் போற்றப்படுகிறதே, இதுதான் உலக வழக்கா?"
"மனிதர்கள் காக்கைகள்.
குயில் முட்டைகளை அடைகாப்பவர்கள் காலம்காலமாய்."

கண்ணாடி

ஏட்டுச்சுவடியைப் பாராமல் படிக்க உருப்போட்டுக்கொண்டிருந்த யாவா சட்டென்று யாவோவிடம் திரும்பினான்:

"மேதமையும் முட்டாள்தனமும் எதன் பக்கங்கள், ஆசானே?"

"ரசம் பூசிய கண்ணாடியில் உன்னையே காண்பாய், ரசமிழந்த கண்ணாடியில் எதைக் காண்பாய்?

மேதமை வெறும் பூச்சு" என்று முடித்தார் யாவோ

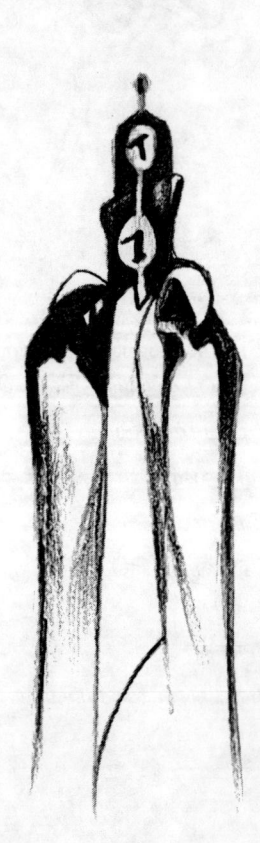

அடைதல்

உலகம் தொடங்கியதிலிருந்து தொடரும் கேள்வி இது:

"என்னை யாரும் புரிந்துகொள்ளவில்லை, ஆசானே"

"உன் உருவம் பரிச்சயமானவருக்கு உன் முதுகோ உன் பக்கவாட்டுத் தோற்றமோ உன்னை அடையாளம் காணப்போதுமானது. உன்னை அறியாதவருக்கு உன் முகமே அந்நியமானது. இது உனக்கும் பொருந்தும் இல்லையா?"

யாவா நிமிர்ந்து உட்கார்ந்தான்.

அதுவாதல்

ஆடு மேய்த்துக் கொண்டிருந்த ஆசான் சிஷ்யனின் குரலுக்குச் செவிமடுத்தார்.

"பூந்தோட்டம், காய்கறித்தோட்டம், பழத்தோட்டம் வற்றி இதில் தோட்டமென்பது பூவா, காயா, பழமா? இவை இன்றி எது தோட்டம்?"

"நீயின்றி நீ எதுவானாலும் அது வீண் யாவா, நீயின்றி நீ எதுவாகவும் ஆக இயலாது யாவா"

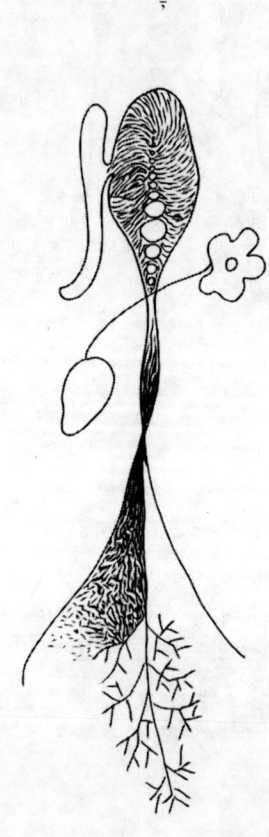

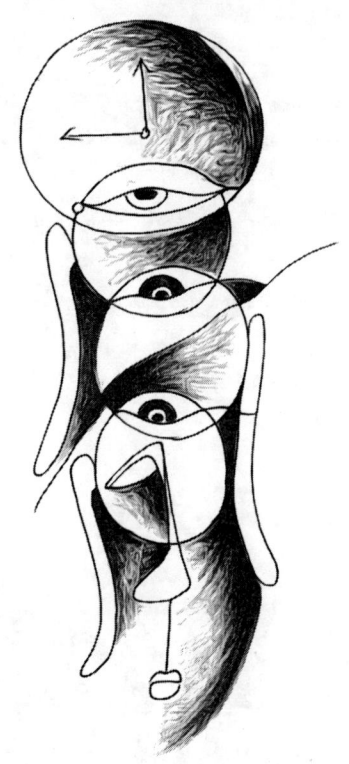

அன்றாடம்

"எப்போதும் நெருக்கடிகள் என்னைத் துரத்துகின்றன, ஆசானே என்னால் ஒரு நேரமும் தியானிக்க முடியவில்லை, எதிலும் கவனம் குவிக்க முடியவில்லை.

கொஞ்சம் கேலியாக யாவாவைப் பார்த்துவிட்டு யாவோ கணீரென்ற குரலில் சொன்னார்:

"உத்திரவாதமுள்ள நாட்கள் சடங்கியலானவை, அறிவாயா யாவா.?"

ஆடுகள்

நாய்கள் ஆசானைச் சுற்றிச் சுற்றி வந்தன. ஆசான் அவற்றிற்கு உப்புக் கண்டங்களைப் பகிர்ந்தளித்துக்கொண்டிருந்தார். யாவா யோசனையில் ஆழ்ந்திருந்தான்.

"சலனமின்றி இருத்தல் மிகக் கடுமையான போராட்டமாகத் தெரிகிறது.

மனம் எதையெதையோ யோசிக்கிறது, தேடுகிறது, அலைபாய்கிறது ஆசானே."

"மேய்வதும் தொலைவதும் இன்றி, ஆடுகளுக்கு வேறென்ன வேலை யாவா?"

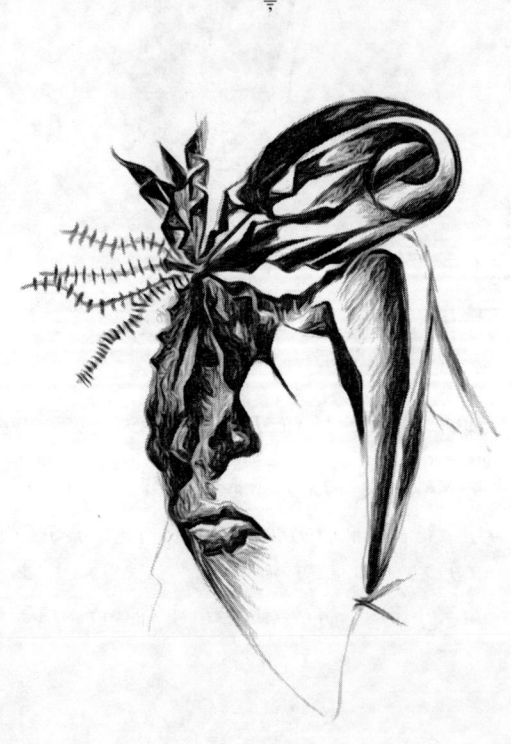

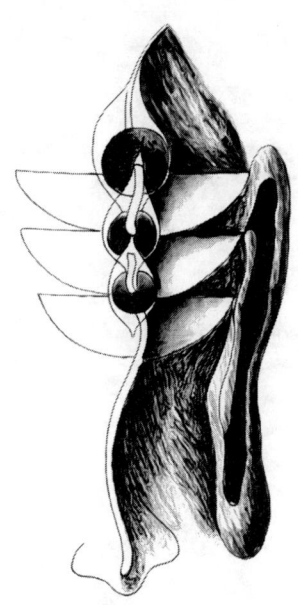

விழிப்பு

"புலன்கள் கூர்மை அடைகின்றன இப்போதெல்லாம்" என்று தொடங்கினான் யாவா. எங்கோ தயாரிக்கும் உணவு எதுவென்று என்னால் சொல்ல முடியும், அழுகின்ற மாட்டை அதன் குரலை வைத்து அதன் மொத்த விபரங்களைச் சொல்ல முடிகிறது. உறக்கத்தில் என் மீது ஊர்ந்து செல்லும் எறும்பின் நிறத்தை என்னால் கண்டுகொள்ள முடியும். ஐம்பது விதமான இனிப்பை என்னால் பிரித்தறிய முடிகிறது. இருநூறு நிறங்களை என்னால் வேறுபடுத்த முடிகிறது. இது நன்மைக்கானதுதானா ஆசானே

"எது?"

"புலன்களின் விழிப்பு."

"யாவா உண்மையில் உன் செவிகள் கூர்மையுடையவை என்றால் பாலைவனத்தில் கடல் அலையின் ஓசையை அவை கேட்கும்.. அதுதான் கூர்மை, அதுதான் விழிப்பு."

கருவிலேதிரு

"பிறக்கையிலே ஞானம் அடைந்தவர்கள் உண்டா, ஆசானே?"
"கழிவு உரமாகும்
கரி வைரமாகும்
பலனின்றி பிறப்பில்லை
நானறிய பலன் கருவிலில்லை
யாவும் ஒன்று"

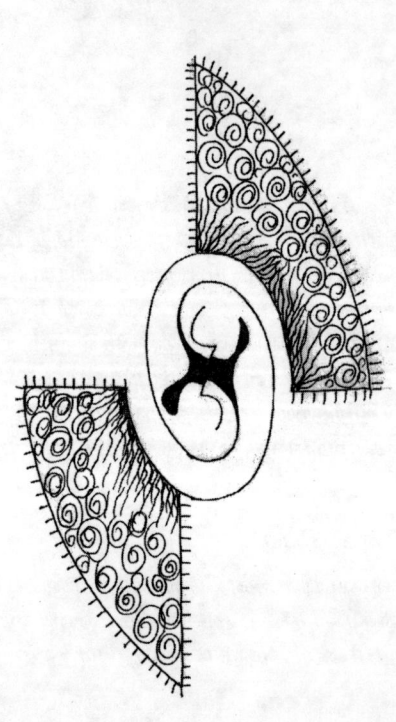

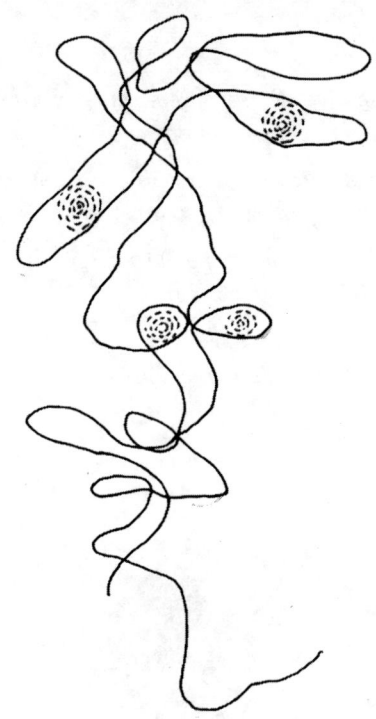

ஊக்கம்

ஓட்டை உருவங்கள் அலங்கரிக்கப்பட்ட அந்தக் கைவிடப்பட்ட கிராமத்துக் காவல் தெய்வக் கோவிலில் ஆசானும் சிஷ்யனும் ஓய்வாய் உட்கார்ந்திருந்தனர். யாவா ஆரம்பித்தான்.

"எவ்வளவு நுட்பமாய் வடிவமைத்திருக்கிறான், இந்தச் சிற்பி. எப்படி இவனுக்குக் கற்பனை ஊறியிருக்கும்? படைப்பூக்கம் தன்னிச்சையானதா, ஆசானே"

"புகை வரையும் சித்திரங்கள் காற்றாலானவை, யாவா"

வஞ்சம்

ஆசானின் மனைவி அளித்த பருத்திப்பாலை சுடச்சுட அருந்தியபடி யாவா சொன்னான்:

"எல்லாம் சரிதான்; என்னால் சில விஷயங்களை மன்னிக்க முடியவில்லை, ஆசானே."

வீட்டினருகில் விளையாடிக்கொண்டிருந்த குழந்தைகளைப் பார்த்தபடி யாவோ சொன்னார்:

"சண்டையிட்டு சமாதானம் ஆகாமல் பேசுவதென்பது குழந்தைகளால் மட்டுமே முடியும், யாவா"

திறத்தல்

"இந்த உரையாடல்களால் என்ன பயன் ஆசானே.. மௌனம் ஒரு சிறந்த பேச்சு என்கிறார்களே ஞானிகள் ?"

"சொல்லவா, கவ்வவா, உண்ணவா, கத்தவா, கக்கவா, கொட்டாவி விடவா, ஏப்பம் விடவா. வாயை எதற்குத் திறக்கிறாய் என்பதைப் பொறுத்தது அது."

மாற்றி

கிளிகள் விளையாடிக்கொண்டிருந்த அந்தப் பின் மதியத்தில்,

"நான் எதோ அர்த்தத்தில் பேசினால் வேறு அர்த்தத்தில் புரிந்துகொள்கிறார்கள் ஆசானே" என்றபடி சலிப்புடன் திண்ணையில் அமர்ந்தான் யாவா.

"பாகலின் பெயரை பலா என மாற்று. அது இனிக்கிறதா, கசக்கிறதா என்னிடம் வந்து சொல் யாவா. வரவர உன் கேள்விகள் புளிக்கின்றன ஒன்று, கள்ளை மாற்று; அல்லது, மொந்தையை மாற்று" கண்ணடித்துச் சிரித்தார் யாவோ

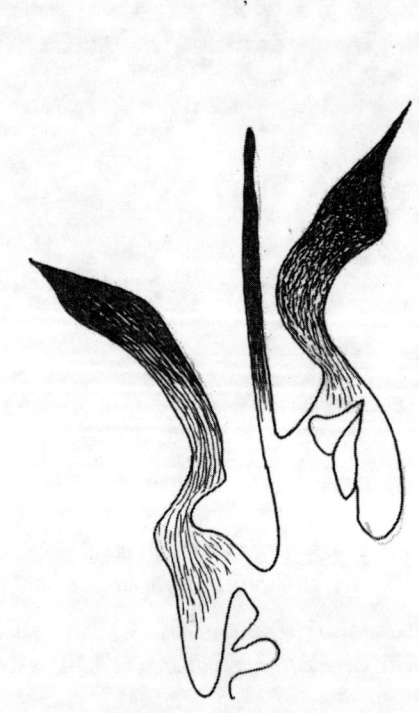

ஞானம்

"இந்த அறிவுத் தேடல், இதன் எல்லை என்ன, ஆசானே?"

"காலிப் பானை நிரம்பும்; குறை பானையும் நிரம்பும்; நிரம்பிய பானை நிரம்பாது; ஓட்டைப் பானையும் நிரம்பாது. அதுதான்…"

வீழ்ச்சி

யாவா அன்று கடும் சோர்வாயிருந்தான்

யாவோ அவனைப் பார்த்துக்கொண்டே இருந்தார். நெடுநேரம் இருவரும் பேசிக்கொள்ளவில்லை.

மெல்ல ஆரம்பித்தார் யாவோ:

"வழுக்கு மரப் போட்டிகளில் ஒரு வினோதம் உண்டு. ஒருவன் தன்னையே தூக்கிச் சுமந்து வழுக்கி வீழ்ந்து மரத்தில் ஏறுவது ஒரு புறம், சக போட்டியாளர்களைத் தாண்டி மரம் ஏறுவது ஒரு புறம். உச்சியில் இருக்கும் பரிசை அடைவது நோக்கம்; ஆனால் ஒவ்வோர் அடிக்கும் இரண்டடி கீழே வழுக்கி வீழ்கிறான். அவனது எடையும் அவனது கைப் பலமும் பரிசைத் தீர்மானிக்கிறது. எவன் தோளிலோ ஏறி அவன் அடித்துப்பிடித்துப் பரிசை அடைந்துவிட்டான் என்றால், அவன் ஒரே நேரத்தில் தன்னையும் வென்று பிறரையும் வெல்கிறான்.

வழுக்குமரங்கள், வழுக்கும் மரங்கள் நிறைந்த காடு இது."

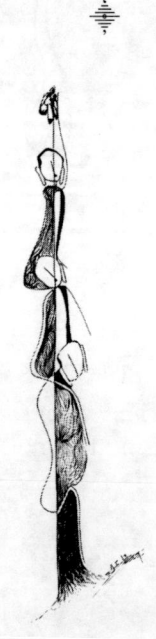

வளர்சிதை

"இன்று அமாவாசையா ஆசானே? இருட்டு பலமாயிருக்கிறதே?"
"கேள்வி அதல்ல, யாவா.
நிலவு தேய்ந்து வளர்கிறதா, வளர்ந்து தேய்கிறதா?"

ஆயுள்

தூரத்தில் புள்ளியாய்த் தெரிந்து பின் அருகில் வரும்வரை யாவாவைப் பார்த்தபடியே அமர்ந்திருந்தார் யாவோ.
"நீண்ட ஆயுசு கொள்ள என்ன செய்ய வேண்டும் ஆசானே?"
கேள்வி விழுந்தவுடன், காத்திருந்ததைப் போல் சொன்னார்:
"இதுவும் ஒரு வழிமுறை, உன் இலக்குகளை ஒத்திப்போடு"

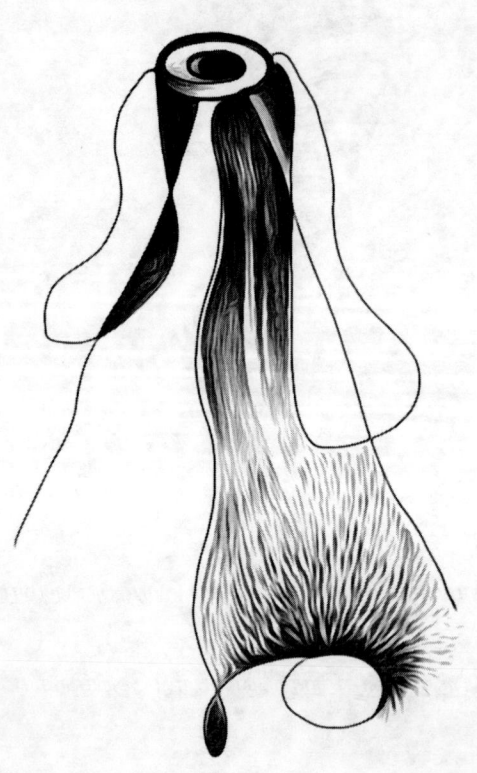

மலர்

"இரவு கவிழ்கிறது, பகலோ விரிகிறது. பார்த்தாயா யாவா?"
"என்ன சொல்ல வருகிறீர்கள், ஆசானே?"
"'இயற்கை' அதைத்தான் யாவா."

இரண்டு

"அறிவுக்கும் ஞானத்திற்குமான வேறுபாட்டை எப்படிச் சொல்வது ஆசானே?"

"கோரோசனை ஆகாத மலம்,

அகில் தராத கள்ளி,

ஒள்ளரிதாரம் ஈனாத மான்,

ஞானம் தராத அறிவு -

யாவும் ஒன்று.

பின்னும் அறிவென்பது பற்றுவது.

ஞானமோ, பற்றியதைப் பழகுவது யாவா"

அறிதல்

கண்கள் தூரத்தில் நிலைத்திருக்க, யாவா அடிவானத்தில் எதையோ தேடும் பாவனையோடு வாய் திறந்தான்:

"எந்த ஒன்றையும் முழுதும் அறிதல் சாத்தியமா, ஆசானே?"

"ஈடுபாடு. அதுவே அறிதலின் முதற்படி. இலையுமில்லை காயுமில்லை; எந்த மரமென அறிகிறான் தச்சன்."

சவம்

மரத்துண்டொன்றை சீவுளியால் இழைத்து பலகாமனை ஒன்றைச் செய்வதில் குவிந்திருந்தார் ஆசான்.

"பெண்கள்தான் பிரபஞ்ச சக்திகள், இல்லையா ஆசானே?"

"ஆணும் பெண்ணும் ஒரே உடலாகச் சேர்ந்திருந்த யுகம் ஒன்று இருந்ததாகச் சொல்வார்கள் யாவா. அப்படி இருந்திருந்திருந்தால் படைப்பைக் கட்டுப்படுத்த முடிந்திருக்காது. உலகம் மொத்தமும் மனித உயிர்கள் பல்கிப் பெருகியிருக்கும். மற்றவை அழிந்திருக்கும் பிறகு அவற்றோடு மனிதனும்..."

"ஆணினத்தை ஓர் உயிரியாக எப்படி வரையறுப்பது?"

"சேமிப்புக் கலன்கள் யாவா, வெறும் கலன்கள்."

வெடித்துச் சிரித்தார் யாவோ.

விலங்கு

ஆசானுக்கு நல்ல இருமல்... தேனும் மிளகும் வெற்றிலையும் கலந்த சாற்றை அருந்திக்கொண்டே சொன்னார்:

"தனித்திருப்பவன் கூட்டத்தை விரும்புவான், கூட்டத்திலிருப்பவன் தனிமையை விரும்புவான். அப்படித்தான் சிலருக்கு, தனிமை கூட்டமாயிருக்கும், கூட்டம் தனிமையாயிருக்கும்.

பழைய விலங்குகள் நாம் யாவா"

எதிர்பார்ப்பு

"உபயோகிக்காமல் எந்த ஒன்றையாவது நாம் பாவிக்கிறோமா யாவா?"

"இல்லை, ஆசானே. எருமையைப் பாலுக்காக, மரங்களைக் கனிகளுக்காக, இன்னும் எல்லாம் எல்லாம் பயன்களுக்காகவே."

"ஆமாம் யாவா யோசித்துப்பார்...

வித்தை அறியாக் குரங்குகளை மனிதர்கள் வளர்ப்பதில்லை"

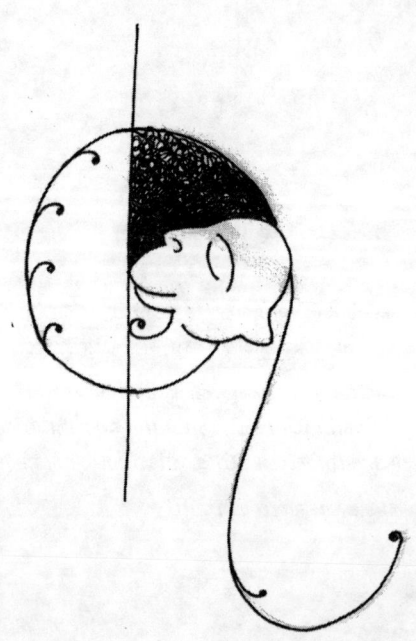

சுழல்

கடற்கரை...

உப்புக்காற்றை அனுபவித்தபடி யாவா கேட்டான்:

"இந்த உலகம் சுழல்கிறது; அது காலத்தை ஒத்திருக்கிறதா, இல்லை, நினைவுகளையா ஆசானே?"

"காலம் நேர்மறைச் சுழலி; நினைவுகளோ எதிர்மறைச் சுழலி, யாவா"

முரண்கள்

"இயற்கையைப் போலவே வாழ்க்கையும் முரண்கள் கொண்டது. சரிதானா யாவா?"

"ஆம் ஆசானே. இது இளமையில் புரிவதில்லை."

"இளமையில் முதிர்ச்சி இல்லை, முதிர்ச்சியில் இளமை இல்லை." வாய்விட்டுச் சிரித்தார் யாவோ

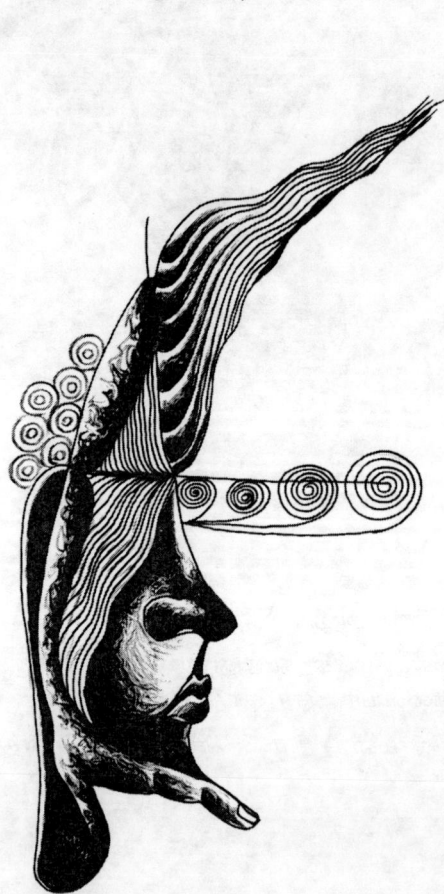

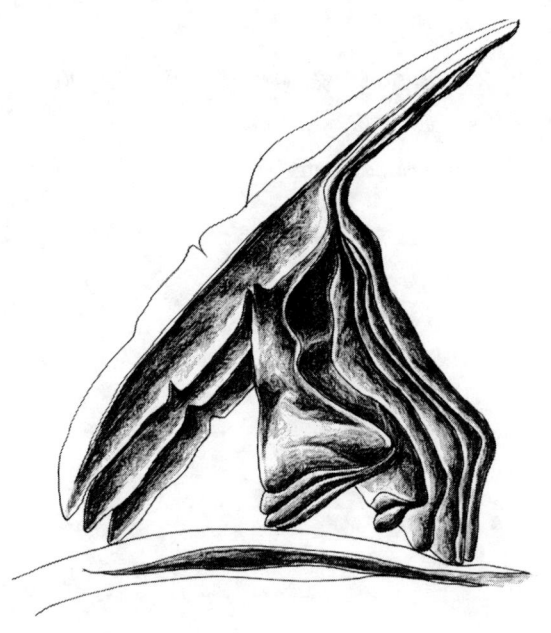

இதுவும் அதுவும்

"எல்லா மகிழ்விலும் துயருண்டு
எல்லாத் துயரிலும் மகிழ்வுண்டு
துயரின் நினைவுகள்
காது குடையும் வண்டு.
மகிழ்வின் நினைவுகள்
காது குடையும் இறகு.
அப்படித்தான் யாவா, இதன் சீலம்"

அதனதன் இயல்பு

"துணி ஓட்டையாய் இருந்தால் கந்தல் என்பாய்.
வலை ஓட்டையாய் இருக்கிறது.
என்ன சொல்வாய், யாவா ?"

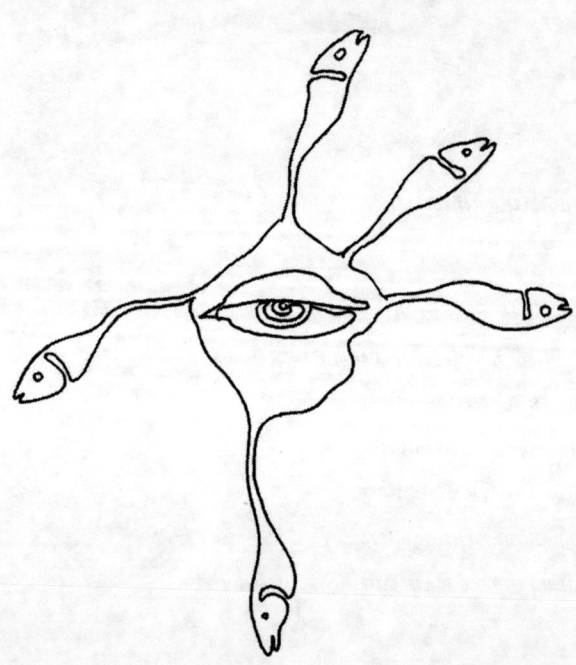

பாதைகள்

"நமது சுவடுகள் என்னவாக இருக்கும் ஆசானே?"
"எறும்புக்கு வரிசை,
மறிக்கு மந்தை,
யானைக்குப் பாட்டை.
அதனதன் வலிமை அதனதன் பாதை...
ஒற்றையடியா, தடமா,
நீ வரிசையிலா, மந்தையிலா, பாட்டையிலா யாவா?"

கேள்வி

வெற்றிலையில் சுண்ணாம்பைத் தடவி சிஷ்யனுக்கு ஒன்றைத் தந்துவிட்டு தானும் சுவைத்தார் ஆசான்.

"பஞ்சபூதங்கள் அதிசயம்தான் ஆசானே. அதன் சேர்மானமோ வினோதம் ஆசானே..."

"நீர் தீயை அணைக்கும்; நீரும் காற்றும் அலையடிக்கும்;
நெருப்பு மேல்நோக்கி; நீர் கீழ்நோக்கி; நிலம் கிடைமட்டத்தில்;
காற்றோ திசையெங்கும்; விசும்போ வெளியெங்கும்.
ஆகாயமும் நீரும் பொழியும், நீரும் மண்ணும் குழையும்,
தீயும் மண்ணும் நீரும் வளியும் வெளியும் ஒன்றாய்ச் சேர்ந்தது இந்தப் பாண்டம்"

"ஆம் யாவா. இது உடையும், அழியாது. மற்றொன்றாய்ப் பிரியும். நாம் சுட்ட பானைகள் யாவா. சுடாத பானைகளைச் சுடுவதே நம் நியமம்."

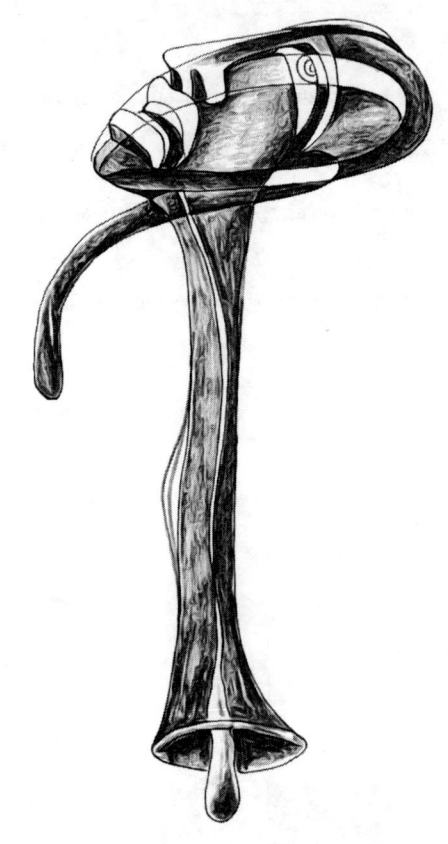

பேராசை

"இன்று உனக்கான கேள்வியைக் கேட்கிறேன் யாவா.
ஆசைக்கெனத் தகுதிகள் உண்டா?"
"கனவில் தோன்றும் நீர் தாகம் தீர்க்குமா ஆசானே?"
"அற்புதம்!"என்றார் யாவோ.

காரண காரியம்

"ஆசானே நோக்கத்துக்கு எதிரான விளைவுகள் சாத்தியமா?"

"கொல்வதற்குக் கொடுக்கப்பட்ட விஷம் ஒருவரைக் குணப்படுத்திவிடலாம். குணப்படுத்துவதற்குக் கொடுக்கப்பட்ட மருந்து ஒருவரைக் கொன்றுவிடலாம். சாத்தியம்தான்!"

"இது ஏன் நிகழ்கிறது, ஆசானே?"

"சட்டியில் இருப்பதுதானே அகப்பையில் வரும் யாவா?"

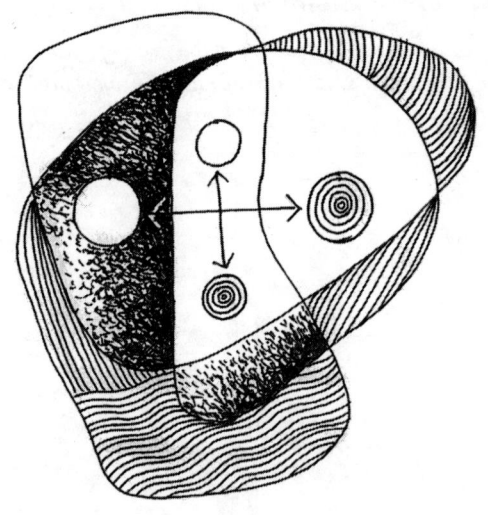

காரிய காரணம்

"காரியமா, காரணமா? எது முதலில், ஆசானே?"

"மேலோட்டமாக நாம் நினைக்கும் வரிசையில் இல்லை யாவா. முதலில் காரியம் நடந்து பின் அதன் காரணம் அறிந்ததில்லையா நீ?"

"புரியவில்லை, ஆசானே"

"விரலில் அடிபட்டு மரணத்திலிருந்து தப்பிய அரசனின் கதை அதுதான் யாவா."

ஆடுபாரம்

காந்தாரி மிளகாய்களைச் செடியிலிருந்து பறித்துக்கொண்டே யாவாவிடம் சொன்னார் யாவோ:

"இன்பமும் துன்பமும் சமமாக்கும் துலா ஒருவரிடமும் இல்லை. இருபக்க சமநிலை என்பதன் பெயர் வெறுமை."

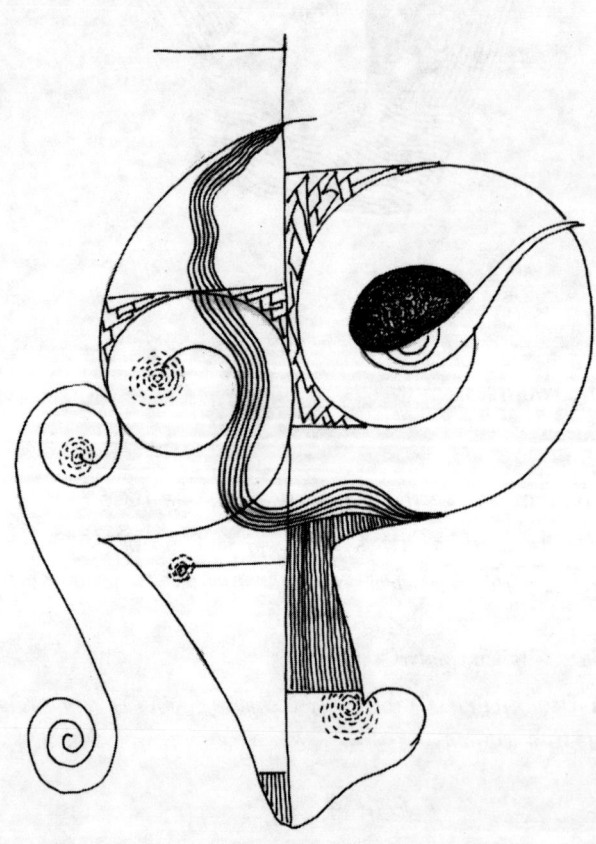

எழுத்து, பேச்சு

"பேச்சைவிட எழுத்தையே இவர்கள் மதிக்கிறார்கள், ஆசானே"

"மனிதர்கள் நம்பிக்கையற்றவர்கள் யாவா. கிளிகளை நம்பாமல் புறாக்களையே தூதுக்கு அனுப்பியவர்கள் நாம்"

பயன்பாடு

"இந்த முட்செடிகள் எதற்காகப் படைக்கப்பட்டன. காலில் குத்திய முள்ளை எரிச்சலோடு பிடுங்கி எறிந்தான் யாவா.

"மயிலுக்குத் தோகை,

பூனைக்கு மீசை,

அணிலுக்கு வால்,

சிங்கத்துக்குப் பிடரி

இவையெல்லாம் அழகுக்கென்றா நினைக்கிறாய் யாவா? உன்னைக் குத்தி தன்னைத் தூர விதைத்துக்கொண்டது முள்."

பூர்வம்

"மனிதனின் இடப்பெயர்வு அவனுக்கு எப்போதும் துயரமானதா ஆசானே? என்ன சூழலில் வளர்ந்தாலும் அவரவர் சொந்த ஏக்கம் தீராதா ஆசானே?"

"விருப்பத்துக்கும் வற்புறுத்தலுக்கும் அரசனுக்கும் அடிமைக்கும் வித்தியாசங்கள் உண்டு யாவா.

தன் இழந்த காட்டுத்தன்மையை ஓர்மித்தே துயரமான பொழுதுகளில் நாய்கள் ஊளையிடுகின்றன, அறிவாயா?"

குழப்பம்

"பதிலில்லாத கேள்விகள் என்ன சொல்லுகிறது ஆசானே?"

"புத்தன் சொன்னதையே சொல்கிறேன் யாவா. தெளிவான நிலையில் தோன்றும் கேள்வியே பதில்.

※

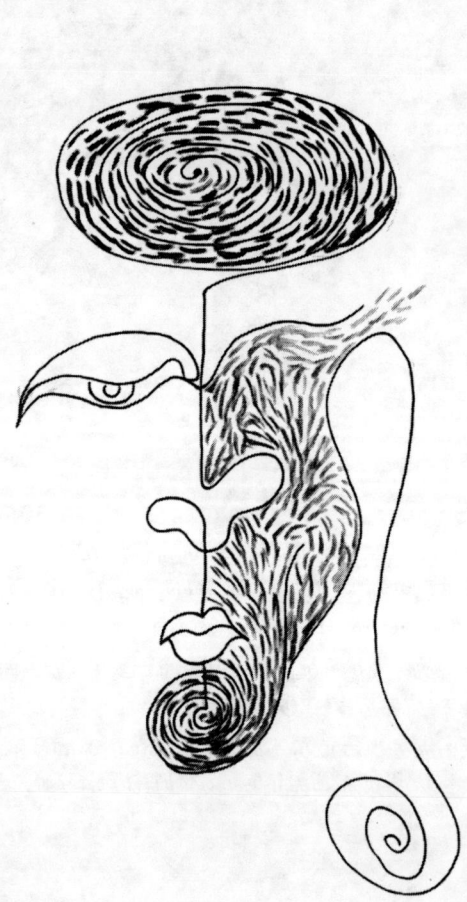

சோதனைசத்தியம்

"தன்னை ஒருவன் பரிசோதித்துக்கொண்டு தன் தவறுகளைத் தண்டனிடுவது நேர்மையா, ஆசானே?"

"ஒப்புக்கொள்வதன் மூலம் தவறுகள் புனிதம் அடைகின்றன என்பதை அவன் அறிந்திருக்கிறான் யாவா."

பருவம்

ஒழுகும் குடிசையில் இரவைக் கழித்த யாவாவுக்குக் காய்ச்சல் கண்டிருந்தது. கஷாயம் காய்ச்சிக் குடிக்கக் கொடுத்த யாவோ மனமுருகச் சொன்னார்:

"இளமையில் செல்வம் விதைப்புக்கால மழை.

முதுமையில் செல்வம் அறுப்புக்கால மழை."

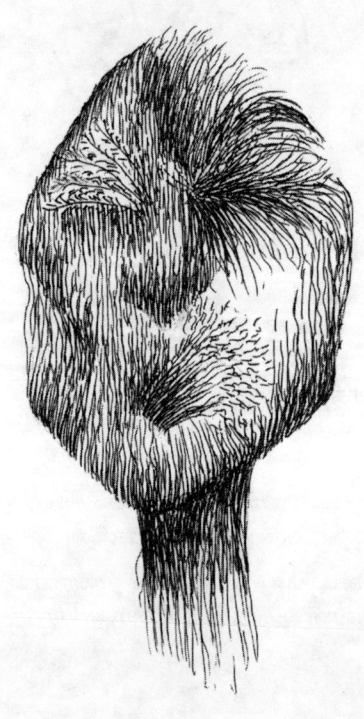

எங்கு, எதை?

ஊர்க்கோவில் தேரோட்டம் ஆர்ப்பாட்டமாக நடை பெற்றுக் கொண்டிருந்தது.

தூரத்தில் இருந்து பார்த்துக் கொண்டிருந்தனர் ஆசானும் சிஷ்யப்பிள்ளையும்.

"எதை, எங்கு தேடுவது என்பதில் குழப்பம் வருகிறது ஆசானே..."

"கூட்டத்தில் கேள்வியையும் தனிமையில் பதிலையும் தேடுபவர்கள் ஞானவான்கள்" என்றார் யாவோ.

உணர்வு

"மனிதன்தான் எத்தனை வினோதன். அவனுக்கு அழவும் சிரிக்கவும் சலிக்கவும் எத்தனை காரணங்கள்.

கால இட பேதங்கள்" என்றார் யாவோ.

"பாறைகளும் மரங்களும் கால இட பேதங்களுக்குள் விழுவதில்லை அவற்றிற்குப் பழியுணர்ச்சியில்லை. அவற்றுக்குச் சலிப்புமில்லை சிரிப்புமில்லை"

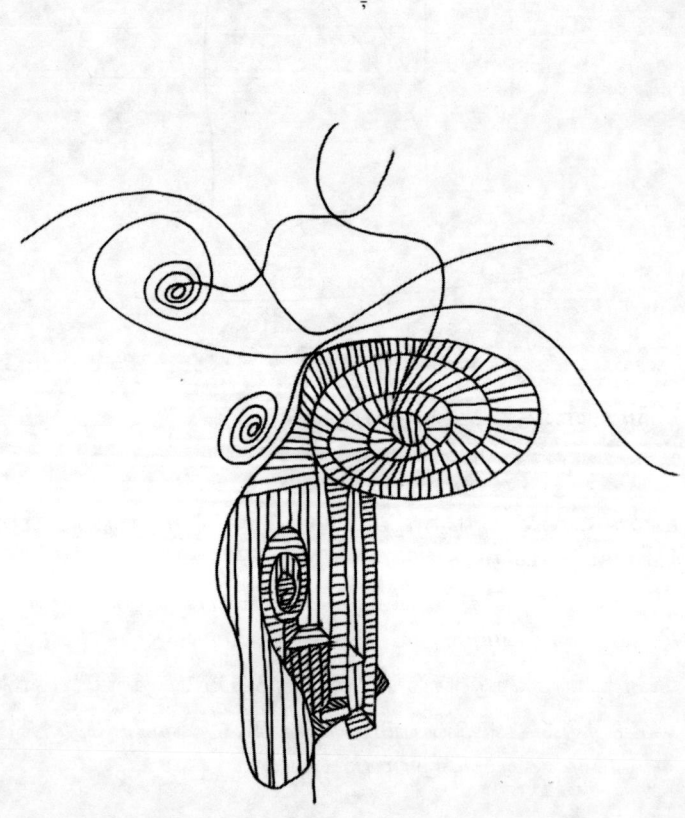

கள்

தள்ளாடி உற்சாகமாய் உளறியபடி நடந்தான் யாவா.

யாவோ திடீரென இறுக்கமானார்:

"துன்பத்தை மூடி இன்பத்தைத் திறக்கும் அபூர்வ புட்டி ஏனில்லை, யாவா?"

வழித்துணை

"போதிக்க என்ன தகுதிகள் வேண்டும் ஆசானே? கல்வியா, ஞானமா, அனுபவமா, பயிற்சியா, விழிப்பா, எது?"

"ஒரு மரம், ஒரு சக்கரம், ஒரு ஜோடி பாதம் போதும், யாவா. இவற்றை நீ நேர்ப்பொருளில் விளங்கிக்கொண்டால் உன்னால் ஒருபோதும் போதிக்க இயலாது"

உவமை

கூடைகள் முடைய மூங்கில்களை வெட்டிக்கொண்டே உரையாடலைத் தொடர்ந்தனர் சிஷ்யனும் ஆசானும்.

"இளம் மனதை எப்படி உருவகப்படுத்துவது யாவோ?"

"சிங்கத்தின் முதுகில் கட்டப்பட்ட நரியின் நிலை, யாவா.

சிங்கம் உடலா, மனமா?

நரி மனமா, உடலா?"

வாக்குறுதி

பின்மதிய நேரம்.. உண்ட களைப்போடு புளிபறிக்க மரத்தில் இருந்து உலுக்கிக்கொண்டிருந்த யாவா திடீரெனக் கத்தினான்: "ஆசானே, இன்று நான் அந்திக்குள் பத்து மரம் ஏறித்தருவதாய் மேற்படியானுக்கு வாக்குக் கொடுத்திருந்தேன்...."

"யாவோ சிரித்துக்கொண்டே சொன்னார்: "மீன்கள் மட்டுமல்ல, யாவா. மனிதனும் வலைகளில் சிக்குவான்.

அதன் பெயர் வாக்கு"

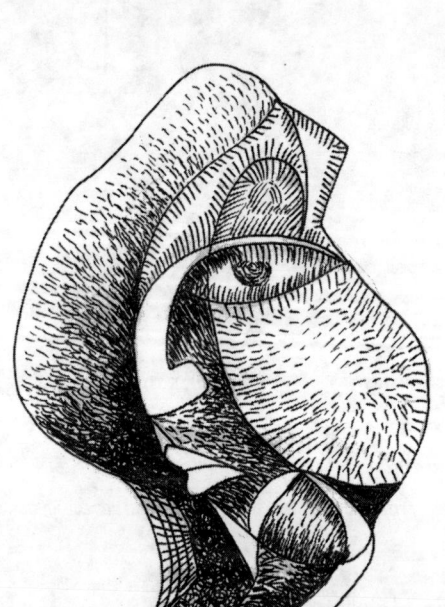

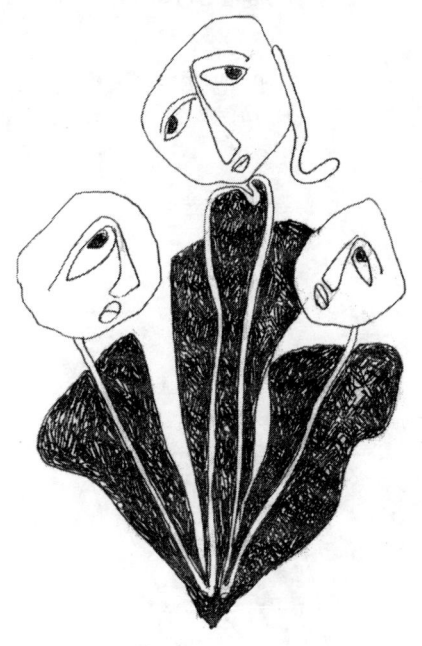

சார்பு

மெலிந்த நீண்ட மரப்பாலத்தில் இருவரும் ஆடி ஆடி நடக்கையில் யாவா தடுமாறியபடிக் கேட்டான்:

"அநீதிக்கும் நீதிக்கும் ஒரே நியாயமா, ஆசானே? சில மறைகள் சொல்கின்றனவே?"

"தரப்புகளை இரண்டாகச் சுருக்கிவிடுவது பெரும் வன்முறை. வலப்புறமோ இடப்புறமோ உன் கால்களைக் காத்துக்கொள், யாவா. சாயாதே."

சரியானதருணம்

"எப்போது பேசுவது எதைப் பேசுவது, இதை எப்படி அறிவது ஆசானே?"

"கொக்கு வாய்க்குச்சியில் ஆமையின் வாய் ஓர்மித்துக்கொள், யாவா. இதுதான் சூத்திரம்"

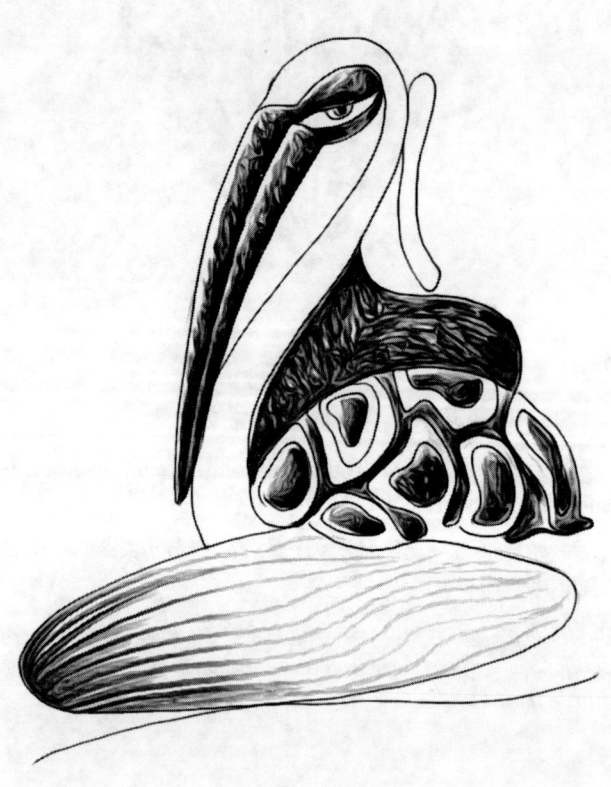

அண்மை

ஆசான் நிதானமாகப் புகையை உள்ளிழுத்து வெளியே விட்டபடி திண்ணையில் சாய்ந்திருந்தார்.

"உலகிலேயே பாதுகாப்பான இடம் எது, ஆபத்தான இடம் எது, ஆசானே?"

"தாய்க்கும் தந்தைக்கும் இடையே உள்ள இடைவெளி. ஆபத்தானதும் அதுதான் யாவா."

சுயம்

"இது தனியே உங்களுக்கெனக் கொண்டு வந்திருக்கிறேன்" என்றபடி மரத்தின் முதல் கள்ளை முன்னே வைத்தான் யாவா.

"ஆஹா" என்றவாறே ரசித்து ருசித்த ஆசான், யாவாவை ஏதேனும் கேட்கும்படி சைகை செய்தார்.

"உண்மையில் தனித்துவம் என்பதுதான் என்ன, ஆசானே?"

"அது மழையில் கரையாத சாயம், யாவா"

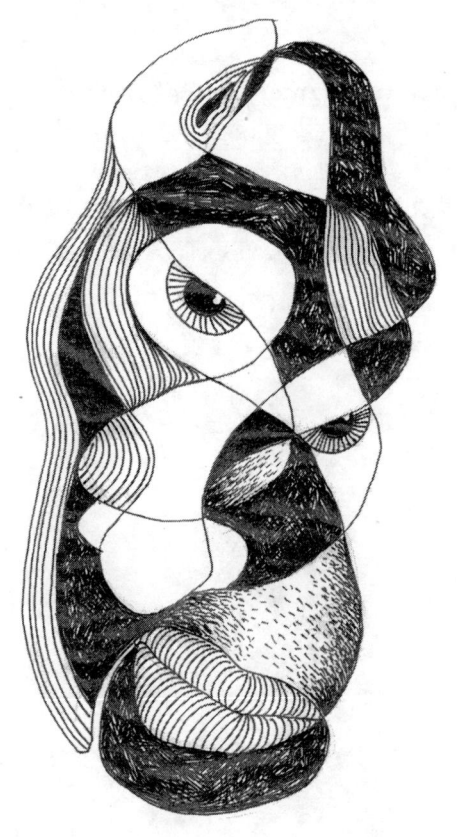

ஆவியாதல்

"கண்ணீரின் ஊற்றுக்கண் என்ன ஆசானே?"
"சூரியன்— புலன்,
கடல்— தாது,
கலந்தெழும் மழை— கண்ணீர், யாவா"

சமரசம்

எறும்புகளின் வரிசையை நீண்ட நேரம் கவனித்துக்கொண்டே இருந்த யாவா.

திடீரென ஏதோ யோசனை தோன்றக் கேட்டான்: "எல்லா இடங்களிலும் சகித்துப்போவது நல்லதா, ஆசானே?"

"தேவைக்கு ஊளை மறக்கும் நரிகள், நரிகளா, யாவா?"

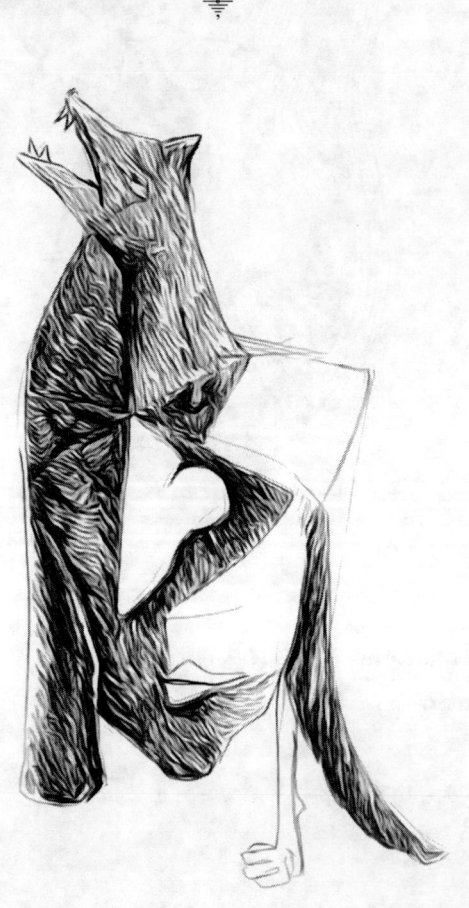

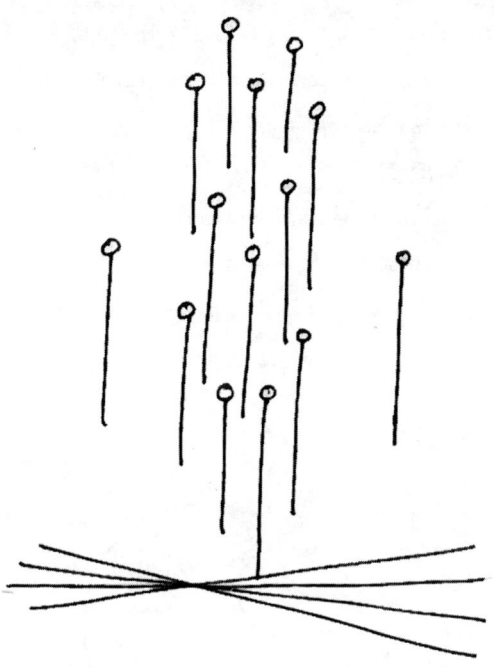

வித்தியாசம்

"துறவிகள் மக்களோடு கலந்திருப்பது முறையா, ஆசானே?"
"வித்தியாசம் அறியாதவன் துறவி அல்ல, யாவா.
பொதுவெளியில் கலப்பது வேறு, கரைவது வேறு"

அசைவு

குளத்தின் கரையிலிருந்து கல்வீசியபடி வட்டங்களைக் கவனித்துக் கொண்டிருந்த யாவா ஆசானிடம் முகம் திருப்பினான்..

"ஆசானே மனம் குளமா கல்லா வட்டமா?"

"சலனம் மனத்தின் இயல்பு.

கல் வெளிவிசை.

வட்டமோ யோசனைகள், யாவா...

ஆனால்... கேள்விகள் கத்திகள் யாவா.

உன் கத்தியிலிருக்கும் துருவை நீக்கு"

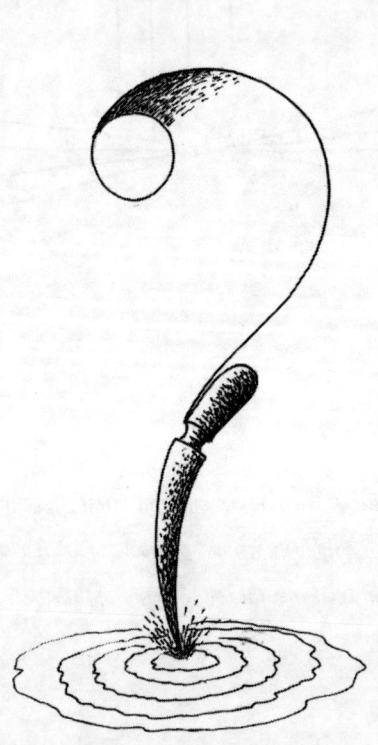

குற்றம்

"இங்கு குற்றவாளிகள் யார்? குற்றமற்றவர்கள் யார்?
குற்றவுணர்வு கொண்டவர்கள் குற்றவாளிகளா?
கொள்ளாதவர்கள் குற்றவாளிகளா?"

"குற்றம் செய்தவரின் குற்றவுணர்வு,
குற்றம் செய்யாதவரின் குற்றவுணர்வு இரண்டும் உண்டு யாவா.
குற்றவுணர்வு கொள்ளாதவர்களின் குற்றம்,
குற்றவுணர்வு கொள்பவர்களின் குற்றம் இரண்டும் உண்டு,
யாவா"

பாவம்

அன்றைய தினம் ஆசானோடு தங்கியிருக்கும் பொருட்டு யாவா வந்திருந்ததால் கேள்விகள் நிதானமாய் வெளிப்பட்டன. நெடு நேரம் கழித்துப் படுக்கைக்கு போகுமுன் கேட்டான்:

"கொலையை விட கொடிது எது ஆசானே?"

பெருமூச்சுவிட்டவாறு சொன்னார் யாவோ,

"ஒரு குழந்தையிடமிருந்து அதன் களங்கமின்மையை அழிப்பது, யாவா"

❖

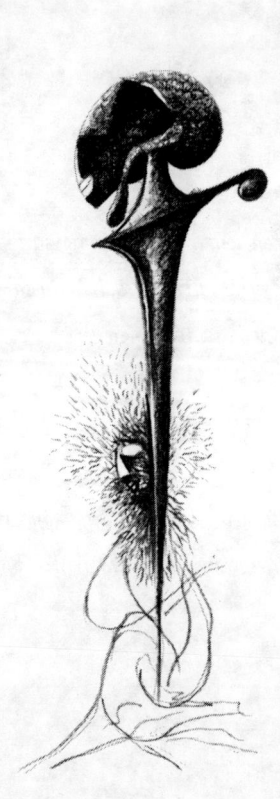

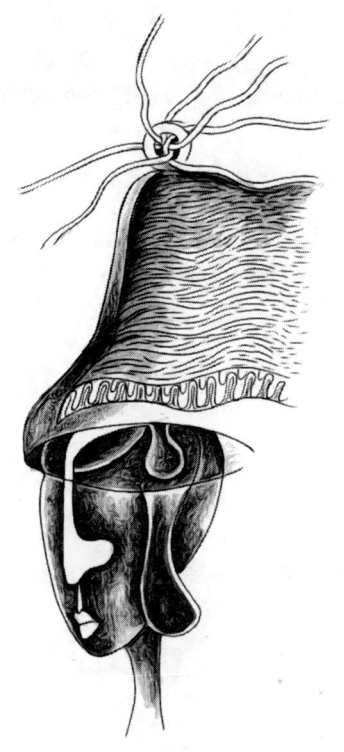

ஆழம்

"மௌனத்தின் ஆழம் அறிய என்ன செய்வது ஆசானே?"

"ஓர் அலைக்கும் மற்றோர் அலைக்கும் இடையே உற்றுக்கேள். ஒலிக்கும் மணியின் இடைவெளியில் செவியை நிறுத்து. அதுதான் மௌனம்.

நிசப்தம் என்பது சப்தத்தின் கள்ளக் குழந்தை."

தேவைகள்

“கடும் மழை... ஆறு கரைபுரண்டு ஓடிக்கொண்டிருந்தது... நனையாமல் தலைக்கு சேம்ப இலைகளைப் பிடித்தபடி ஓடி நடந்தனர்.

பலத்த இடியோசையின் இடையே யாவா எதையோ கேட்டான்.

யாவோ சொன்னார்,

“பொங்கி வழியும் நதியின் ஓட்டத்தில் தொன்னைக்குத் தேவையென்ன யாவா? வெயிலற்ற இடத்தில் நிழல் ஆடம்பரம்”

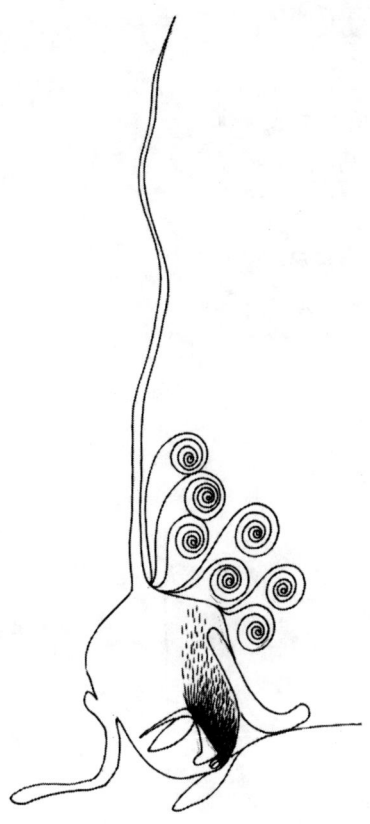

மார்க்கம்

"வச்சாக் குடுமி செரைச்சா மொட்டை" வினோதம் யாவா.
அவன் மழித்திருக்கிறான்,
இவன் நீட்டியிருக்கிறான்.
நானோ உச்சியில் விட்டுவைத்திருக்கிறேன் ,
நடுவழி நல்லது யாவா"

ஒன்றும் இரண்டும்

"ஒன்றெனப்படுவது இருள்,
அந்தகாரமே ஆதி.

இரண்டே இயக்கத்தின் விசை
இரண்டே அகிலத்தின் இசை.

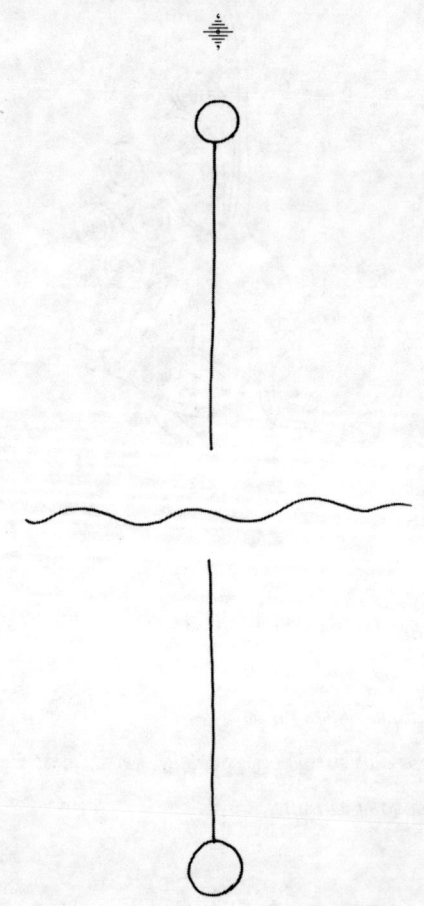

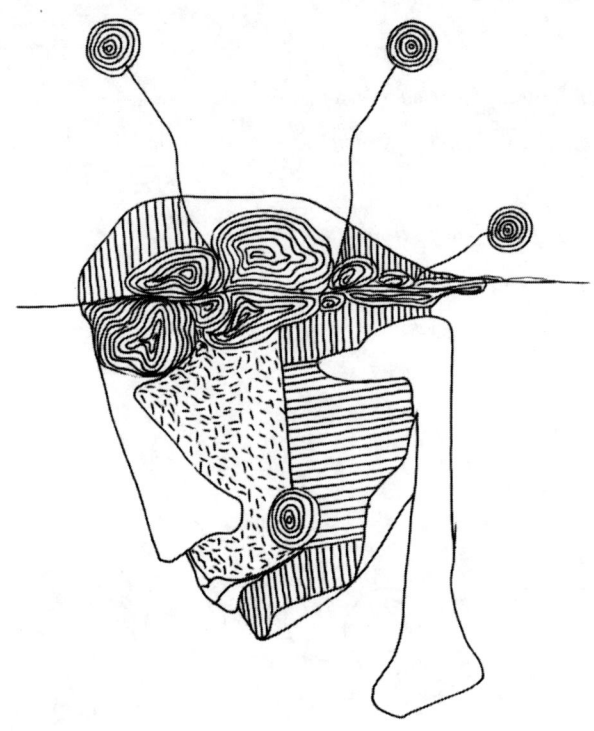

மூன்றும் நான்கும்

"மூன்றின் கனமோ அதீதம்
மூன்று மட்டுமே மீதம்

நான்கு மட்டும் வேதமில்லை
நாலன்றி பேதமில்லை."

ஐந்தும் ஆறும்

"உயிரோ ஐந்தின் விளைவு
ஐந்திரம் அறிவது தெளிவு

ஆறும் அறிந்திருந்தாலும்
ஆறே நிரந்தரம்"

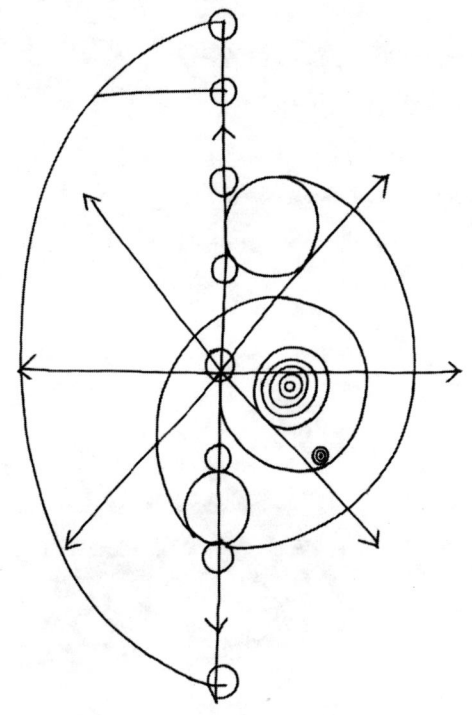

ஏழும் எட்டும்

"ஏழில் அடங்கும் உலகம்
ஏழும் அடங்கியது மனம்

எட்டில் அடங்கும் தசை
எட்டில் அடங்கும் திசை"

ஒன்பதும் பத்தும்

"ஒன்பது வாயில் குடிலை
ஒன்பதும் காட்டும் முகம்

பத்தும் பறக்காப் பசியென்ன பசி"

பாரம்

ஆசானும் சிஷ்யனும் பெருவழிப் பாதையில் எங்கோ தொலைவுக்கு பிரயாணம் மேற்கொண்டிருந்தனர். வழியில் கண்ட சுமைதாங்கியைக் கண்டதும் யாவோ சொன்னார்:

"சுமப்பவனுக்கோ
பீலியும் ஒன்று,
வேலியும் ஒன்று,
கவரியும் ஒன்று,
கவட்டையும் ஒன்று."

சிந்தனை

தனது வழக்கமான அப்பியாசங்களைப் பயிற்சி செய்து முடித்திருந்த ஆசான் வேர்வை வழிய நிற்கையில் அங்கே பலத்த யோசனையில் அமர்ந்திருந்த யாவா கேட்டான்:

"யோசனைகள் நெருப்பைப் போல சதா என்னை வாட்டுகின்றன.."

"நீ ஏன் எரிகின்றாய் யாவா?"

"வேறு வழி?"

"யோசனைகள் தீதான் சந்தேகமில்லை. நீ எண்ணெய்க் கிணறாக இருக்கிறாய் யாவா, அது மேலும் பற்றிப் படர்கிறது. நீர்க்கிணறாய் மாறு."

"கிணறாக என்ன செய்ய?"

"ஊற்றுகளைத் திறப்போம்."

படைப்பு

அந்தக் குடைவரைக்குகையின் சுவரோவியங்களைப் பார்வை—
யிட்டபடி இருவரும் மௌனித்திருந்தனர். ஆசான் ஒரு சிற்பத்தை
வருடியபடியே சொன்னார்:

"சூலிக்கும் பாலிக்கும் இருவுயிர் இருவயிறு;
கலைஞனுக்கோ இருவுயிர் அரைவயிறு"

நெறி

மூலிகைச் செடிகளைச் சேகரிக்க காட்டில் அலைத்து கொண்டிருக்கையில் யாவா கேட்டான்:

"இப்பெரும் வாழ்வில் விழுமியங்களுக்கான தேவை என்ன ஆசானே?"

"கடிவாளமிடாத குதிரை,

சுண்ணாம்பிடாத பதனி,

கயிறற்ற கொடி,

யாவும் ஒன்று."

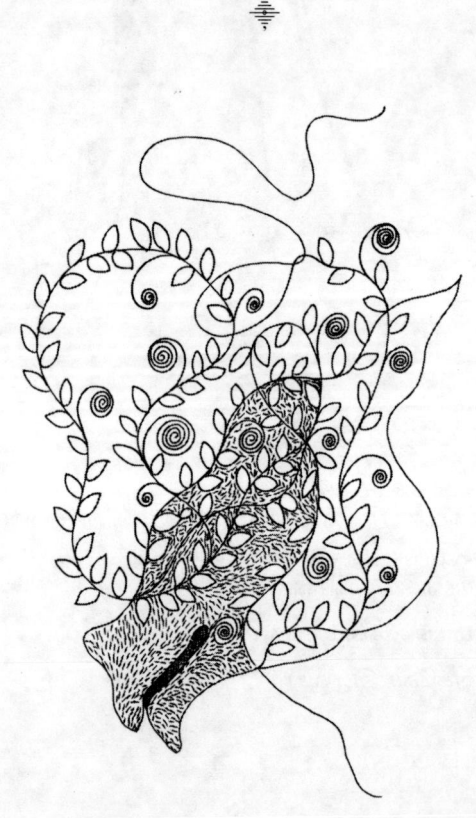

வாசகம்

சிலம்பாட்டப் பயிற்சி முடித்த களைப்போடிருந்தார் யாவோ.

"ஆசானே இத்தனை ஆண்டுகள் உங்களோடு இருக்கிறேன், உங்கள் வழியில் வருகிறேன், எனக்கான வார்த்தை சொல்லுங்கள்."

"உனக்கானதல்ல, யாவா. நமக்கானது:

நாம் தூசிகள், யாவா, பிரபஞ்ச தூசிகள்."

மைதானத்தில் தூசி பறந்தலைந்தடங்கியது.

வலி

அன்று யாவா வீட்டில் மாதாந்திர வாவு அசனம். பனையோலத் தடுக்கில் ஆசானும் சிஷ்யனும் அருகருகே அமர்ந்து உணவருந்திக்கொண்டிருந்தனர்.

"இந்த வேதனைகள் தொன்று தொட்டு வருவனவா ஆசானே?"

"மம்ம்..

பழைய வேதனை என்று மறைகள் சொல்வது எவையென்று அறிவாயா, யாவா?"

"இல்லை, ஆசானே."

"பசி

புதிய வேதனை என்ன தெரியுமா,

நோய்."

யாவா நெடுநேரம் யோசித்துக்கொண்டேயிருந்தான்.

❖

உலகு

பழைய தமிழ்ப் பனுவல்கள் குறித்த உரையாடல் அன்றும் தொடர்ந்தது..

"உலகம் எதன் நீட்சி, ஆசானே?"

"வளியும் தீயும் விசும்பின் குழந்தைகள்
நிலமும் நீரும் தாய் தந்தை
ஐந்தும் கலந்த மயக்கம் இந்த உலகம்
ஏலவே சொல்லியிருக்கிறார்கள், யாவா"

கோல்

புழுதிக்காற்று வீசிக்கொண்டிருந்தது. வழக்கமாக அமரும் யாவோ வீட்டுத் திண்ணையில் இருவரும் பேசிக்கொண்டிருந்தனர்.

"இந்த மனம் எப்போது என்ன நினைக்கும் ஆசானே, பெரும் புதிர்"

"தவளைகள் கத்துவது, தட்டான்கள் தாழப் பறப்பது, பருந்து சிறகு உலர்த்துவது, எறும்புகள் சுவரேறுவது, கொக்கு பந்தி இடுவது, மேட்டில் வெள்ளெலி வளை தோண்டுவது, நாரை, நமகு, கொக்கு, வடக்கு நோக்கிப் பறப்பது, ஈசல் வட்டமிடுவது, கரையான் புற்றைத் திறப்பது, சூரியவட்டம் சந்திர வட்டம் காண்பது எல்லாம் மழைக்கோல்கள் யாவா.

மனக்கோல் ஏதுமில்லையே யாவா"

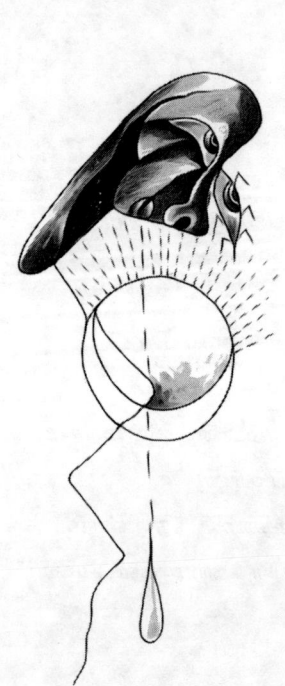

காதல்

அண்டை வீட்டுக் குழந்தைகளுடன் அன்று விளையாடிக் கொண்டிருந்தார் யாவோ.

"உலகம் இன்பத்தில் வீழ்ந்து கிடக்கிறது. துறவிகளோ சதா துன்பம் குறித்தே சிந்திக்கிறார்கள்..."

"மீனிலிருந்து முள்ளைப் பிரித்து உண்ணுவது போலும் இன்பத் துயிப்பு யாவா.

துன்பம் எனத் தெரிந்தே இன்பம் விழைவோம்

இன்பத்தில் துன்பம் துன்பத்தில் இன்பம் இயல்பு.

எந்தவொன்றும் தனித்து இல்லை, யாவா.

யாவும் ஒன்று"

நீரின் நிறம் வெள்ளை

அது பனிக்காலம்.. ஒருவர் முகம் ஒருவர் அறியாதபடி படர்ந்திருந்த பனிப்புகையினூடே யாவோவும் யாவாவும் மௌனமாய் உட்கார்ந்திருந்தனர்.

யாவா யோசித்தபடி சொன்னான்:

"ஒருவரின் சுயம் எப்போது வெளிப்படும் யாவோ?"

"கொதிக்கையிலும் உறைகையிலும் ஒருவரின் சுய நிறம் அறியலாம், யாவா.

இதைத் தண்ணீரிடம் கற்றுக்கொண்டேன்."

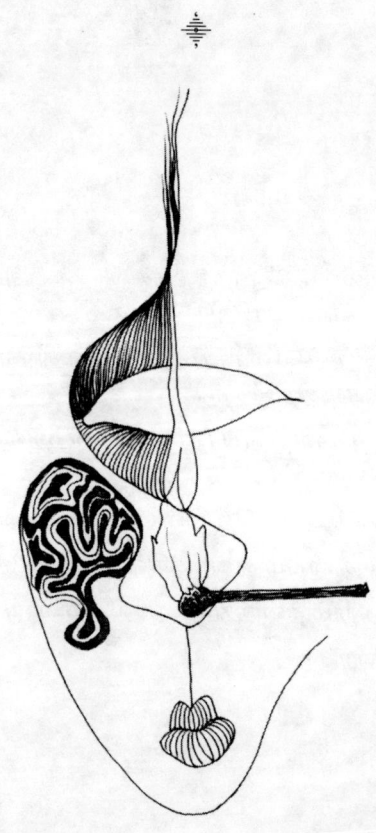

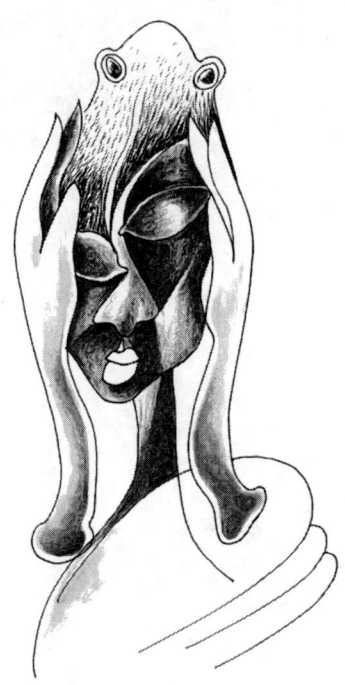

லட்சியம் அலட்சியம்

நெளிந்து சுழித்து ஓடும் ஆற்றின் கரையில் மணலை அள்ளி அளைந்து கொண்டிருந்த யாவா கேட்டார்:

"யாரால் தன் இலக்கை வெல்ல முடியும் யாவோ?"

"செவிகேளாத் தவளைகளே ஜெயிக்கின்றன யாவா அவை நல்லதையும் கேட்பதில்லை, கெட்டதையும் கேட்பதில்லை."

பொறுமை

அன்று மலைச்சுனையில் நீராட வந்திருந்தனர். உடல் வெப்பம் தணிக்க சற்று நேரம் காலை நீரில் நனைத்துக்கொண்டிருந்தார் யாவோ.

"என்னை நிரூபிக்க என்ன செய்ய?" யாவா கேட்டான்.

"யாருக்கு?"

"எனக்கு"

"வித்தைகளைக் கேட்கிறாயா?"

"ஏதாவது"

"நீரில் நடக்கத் தயாரா?"

"சரி."

"உறையும் வரை காத்திரு"

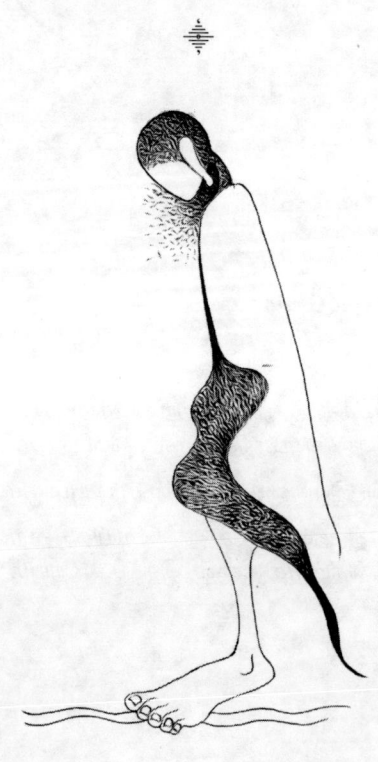

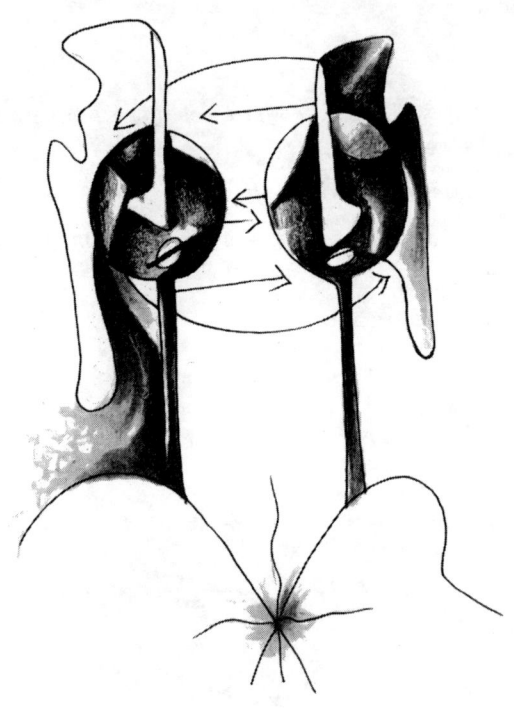

ஈர்ப்பு

பாறையில் மரச்சீனிக் கிழங்கை வெட்டிக் காயப்போட்டுக் கொண்டிருந்த யாவா திடீரெனக் கேட்டான்

"ஆசானே, காந்தம் எப்படி இரும்பை ஈர்க்கிறது?"

"காந்தம் இரும்பை ஈர்க்கிறதா
இரும்பு காந்தத்தை ஈர்க்கிறதா?"

பதில் கேள்வியைக் கேட்டார் யாவோ.

சுமை

யாவா வழக்கத்திற்கு மாறாக அன்று முகம் முழுக்க மகிழ்வு கொப்புளிக்க வந்தான்.

யாவோ அவனை ஈர்ப்புடன் பார்த்தார்.

"நாம் எல்லாரும் கழுதைகள்.. உன் பொதிகளில் இருப்பது அழுக்கா? பரிசுப் பொருளா?

நீ புரிந்துகொண்டாய் யாவா."

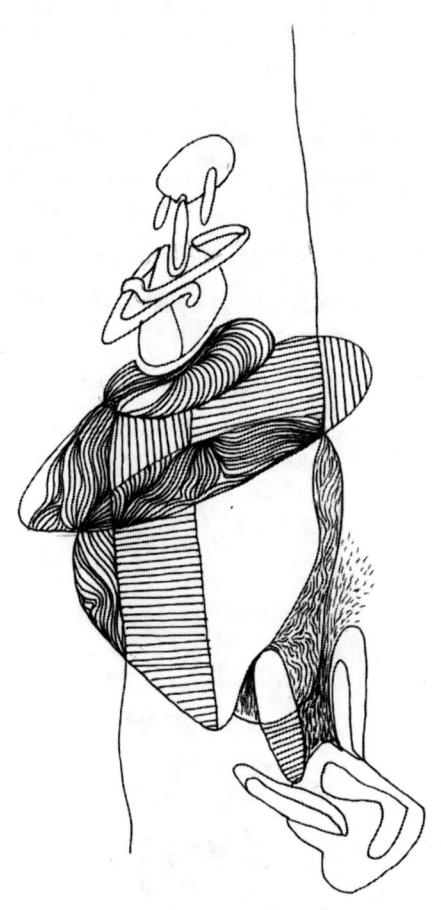

முழுமை

"உங்களை எப்படி வரையறுப்பீர்கள், ஆசானே ?"
"நான் என்பது எனது கனவுகளின் ஈவு" என்றார் யாவோ.

வழி

ஆசான் வயலில் களைகளைக் கொத்திக்கொண்டிருந்தார். எலிகளும் நண்டுகளும் குறுக்கும் மறுக்கும் ஓடிக்கொண்டிருந்தன. பால் நண்டுவொன்று வெயிலில் காய்ந்து செத்துக் கிடந்தது.

யாவோ நெடுநேரம் அதைப் பார்த்துக்கொண்டிருந்தார்.

மனம் படபடவெனத் துடித்துக்கொண்டிருந்தது.... வரப்பில் ஆயாசமாய் அமர்ந்தார்.

குதத்திலிருந்து வாய்வரை ஈட்டி பாய்கையில் எவ்வழி வெளியேறும் இவ்வுயிர்.

மனம் தன்னிச்சையாய் அரற்றியது..

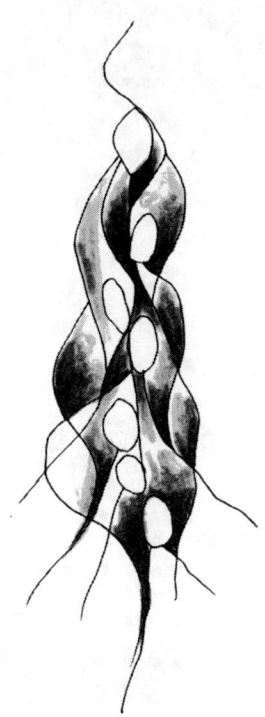

கேளிர்

"உங்கள் ஊர்?"
"யாதும்"
"உறவினர்?"
"யாவரும்."
"உங்கள் மார்க்கம்?"
"யாவும் ஒன்று"
"உங்கள் பெயர்?"
"பாதையே பெயர், யாவா."

நான் "யாரும் அற்றவன்"
கண்கலங்கிச் சொன்னான் யாவா.

பிரத்யட்சம்

"மூடிய இமைகளின் உட்புறத்தில்"

பகுத்துண்டு பல்லுயிர் ஓம்புதல் நூலோர்
தொகுத்தவற்றுள் எல்லாம் தலை

-குறள்

செம்பள்ளி ஆய்வு வட்டத்தினரால் கண்டெடுக்கப்பட்டிருக்கும் யா/ஓ யெனும் இப்பழஞ்சுவடி தமிழின் மெய்யியல் சிந்தனைகளைக் தடம்புரளாமல் கொண்டு வந்து சேர்த்திருக்கும் அரிதான மறைப்பிரதி. தொல்தமிழர் பண்பாட்டைப் பறைசாற்றும் மிக முக்கியமான எழுத்துச்சான்று,

ஒரு பூர்வீகப் புதையலாய் திரும்பவும் நம் கைகளில் கிடைத்திருக்கும் இந்த மெய்யியல் களஞ்சியத்தை வாசிப்பதனூடே நமது பண்டையப் பொருள் முதல்வாதத் தத்துவப் பனுவல்கள் அழிக்கப்பட்டதின் காரணிகளையும் அறிந்துகொள்ளலாம்.

நாம் வாழும் இவ்வுலகம் பல விசித்திர வினோத ஒலிகளால் நிரம்பியது. ஒன்று நாம் அவற்றின் இசைவுக்குச் செவிமடுக்க வேண்டும் அல்லது நம் காதுகளைப் பொத்திக்கொள்ள வேண்டும். ஆனால் மூன்றாவது வினை ஒன்றும் உள்ளது. அதுவே இங்கு இப்பனுவலில் நிகழ்ந்திருக்கிறது.

நுண்ணிய வாசிப்பைக்கோரும் இந்நூலையும் வெறும் கதைகளை எளிதாகக் கடந்து விடுவோமெனில் சமூக பிரக்ஞையற்ற நமது அறிவுப்பலவீனத்தால் நாமும் இதை மறைத்தவர்களாகிவிடுவோம்.

இன்று ஆய்வுத்துறை நோக்கித் தன்னிச்சையாக வரும் இளம் மாணவர்களின் அர்ப்பணிப்பு உணர்வும் துடிப்பான செயல்பாடும் மரபுசார் தேடலும் முன்னாள் ஆய்வு மாணவியாக எனக்கு

மகிழ்ச்சியளிப்பதாக உள்ளது. முந்தைய தலைமுறையினரைவிடவும் புரிதலோடு இயங்குகிறார்கள். குறிப்பாக அமணர், பிர—அமணர் வேறுபாடு மற்றும் நன்னன் – நந்தன், கண்டன் — கந்தன் இடையே உள்ள ஒற்றுமையை மிகத் தெளிவாக அறிந்திருக்கின்றனர்.

சீடன் யா/அ வின் அநாதிநிலை என்னை வருத்தியதோடல்லாமல் நானே வலிந்துகேட்டு இப்படியொரு பின்னுரையை எழுதவும் உந்தியது. இதற்கு அனுமதி பெற்றுத்தந்த செம்பள்ளி ஆய்வு வட்டத்தின் இன்றைய தலைவர் கவிஞர். தாணுபிச்சையா அவர்களுக்கும் எனக்காகச் சில பக்கங்கள் ஒதுக்கித்தந்த இதன் தொகுப்பாளர் இனிய தோழர் சிவசங்கருக்கும். எனது அன்பு.

பல ஆண்டுகளுக்கு முன்பு செம்பள்ளி ஆய்வு வட்டத்தைத் தொடங்கிய எங்கள் பேராசான் இந்தத் தருணத்தில் எனது மனக்கண்ணில் முகம் காட்டுகிறார்.

தென்முககுரு தட்சிணாமூர்த்தியுடனான அவரது பிரதானசீடப் பிரஜாபதிகளின் தத்துவவிசாரப் பிரவிருத்திகளை மகரிஷிபுராணம் பரபக்கமாகவே எடுத்தியம்புகின்றது, மேலும் முதுமுனிவர் காஸ்யபரும் பன்னிரு பிரஜாபதிகளும் குறுமுனி அகஸ்தியரும் அவரது சீடர் குழாமும் விதந்தோதப்பட்டிருக்கிறார்கள்,

அரசு, மதம் போன்ற அதிகார நிறுவனங்கள் தோற்றுவிக்கப்படாத அல்லது அதன் ஆளுகைக்கு உட்படாத மிகத் தொன்மையான பல குருகுல வாசங்களின் ஊற்றுக்கண்களிலிருந்து கரைபுரண்டோடி வந்திருக்கிறது நமது தத்துவ வரலாறு.

அதென்னவோ தத்துவம் குறித்து எழுதுகிறோம் என்றதும் எனது கால்களும் உணர்ச்சிப்பெருக்கில் மண்ணைவிட்டுச் சில அடிகள் உயர்ந்துவிட்டன, இது குருத்துவத்தின் நீதம் போலும், ஆனால் என் இயல்புக்கும் நிலைப்பாட்டுக்கும் சற்றும் பொருந்தாதது,

மறையனார் இயற்றியதாக கருதப்படும் “அறிவர் வணக்கப்பண்” யெனும் பாண்டிய கபாடபுரத்தின் துதிப்பாடல், நாற்பத்தொன்பது பேராசான்களைப் புகழ்ந்து போற்றுகிறது அவ்வழிமுறையினரின் தொடர்ச்சியாக ஆசான் — யா/ஒ, மற்றும் சீடன் — யா/அ வை அவதானிக்கலாம்.

கடந்த நூற்றாண்டுகளுக்கு முன்புவரை வீட்டுத்திண்ணை, ஊர்க்கோவில் வளாகம், படித்துறை, கல்மண்டபம், மரத்தடிவாரம், பட்டறைக் கூடங்களென வயது வரம்பற்ற சிறு கூட்டத்தினரின் முறைப்படுத்தப்படாத குரு சீட உறவாடல்களில் அந்தப் புராதன மரபை உணர்ந்திருக்கலாம்,

தமிழர் தத்துவ நெடும்பரப்பில் எத்தனையோ ஆசான் சீடன் உரையாடல்கள் வெற்று அரட்டைகளாகக் காற்றில் கலந்து போய்விட்டன அதற்கு பல புறக்காரணிகள், அவற்றை மீறி எழுத்து வடிவம்பெற்ற வேறு சில பிரதிகளிலோ முற்றிலும் எதிரானவையே பாடப்பெற்றிருக்கின்றன.

'குன்றின் பூக்கள்

எல்லாருக்கும் தெரிந்திருக்கும்
அனேக பூக்கள்
எல்லாருக்கும் தெரிந்திருக்கும்
அவற்றின் பெயர்கள்
இன்ன இன்ன பூக்களுக்கு
இந்த இந்தப் பெயரென்று
எல்லோருக்கும் தெரிந்திருக்கும் என்பது
யாருக்குத் தெரியும் ?'

மேற்கண்ட கவிதை நவீன கவிதை உலகில் புது வருகையான இளம் கவிஞர் நித்ய யாசகியின் "திசைகளை அணிந்தவள்" தொகுப்பிலிருந்து, மற்றப் பெண் கவிஞர்களைவிட இவர் என் வாசிப்புக்குரியவராக இருப்பது இவரது கவிதைகளின் நுண்ணிய தத்துவ இழைதான் இக்கவிதையும் எளிமையானது, பூக்களுக்குப் பதில் தத்துவமென வாசித்தால் அர்த்தம் வேறு தளத்திற்கு நகர்ந்துவிடும் இதன் தலைப்பே கணியன் பூங்குன்றனை நினைவுறுத்துகிறது,

நாம் இங்கே கவனப்படுத்த விரும்புவது மெய்யியல் குறித்த நமது புரிதலை எவ்வளவு மென்மையாக நளியடிக்கிறது. இந்த நளியாடலையும் பகடிவகைமையென நம்மிடம் திருப்பிச் சொல்லக் கூடியவர்கள் நமது தத்துவவியலாளர்கள்,

ஆற்றுவனார். தலைபனையனார், காப்பியனார், அணுக்கண்ணியார் போன்ற இம்மைவாதிகளால் பண்டைய பொருள்நூல்கள் இயற்றப்பட்டிருக்குமேயல்லாது யக்ஞம், வேதம், பிரம்மமென உழன்ற சூன்யவாதிகளான பார்ப்பனீயர்களுக்கு அது சாத்தியமற்றது, தர்க்க ரீதியாகவும் அவர்களின் வர்ணாசிரமப்படியும் முரண்பாடானது, நிற்க.

கபிலமுனிவரின் சாங்கியயோகம் இப்பிரபஞ்ச இயக்கத்தின் ஆகிருதியை புருஷதத்துவமாய் உருவகித்திருப்பதை உபநிடத வேதாந்திகள் அது பிரம்மமே என்று தங்களுக்குச் சாதகமாக வரித்துக்கொண்டார்கள். போலவே ஆசீவகத்தின் இயற்கையின்

நியதிவழி ஒழுகும் கோளியல் கோட்பாடு தலைவிதியாக அதன் இரண்டாம் நிலை ஆசிரியர்களாலே தவறாகப் புரிந்து பரப்பப்பட்டிருக்கிறது, மேலும் தத்துவ வகுப்பு எடுக்க இங்கு இடமில்லை, இக்கருத்துரையாளரின் ஆய்வு நூலில் விரிவாகக் காண்க. *(தமிழர் தத்துவ மரபில் பெண்கள் பக்கம் – 45)*

முற்காலங்களில்தான் அவ்வாறெனில் இன்றைய தத்துவவியலாளர்களோ பவுத்தம் இங்கிருந்து வெளியேற்றப்பட்டது, அயல் தேசத்துப் பிற மதத்தினர் வருகையால்தான் என்ற கண்டுபிடிப்பு ஒருபுறம். இம்மண்ணில் விளைந்த அத்தனை சிந்தனைகளையும் வடக்கு தெற்குயென மிகக் கறாராகப் பிரித்திருப்பது மறுபுறம், இந்த அபத்தங்களுக்கிடையே வேறுசில தத்துவத் தவளைகள் தாங்கள் தரிசித்ததையே திரும்பத் திரும்ப ஒப்பித்துக்கொண்டிருக்கின்றன.

மரக்கறியாலான அவியல் குமரிமாவட்டச் சிறப்புகளில் ஒன்று, பாண்டவர்களில் ஒருவனான பீமனால் ஓர் அவசரத் தருணத்தில் திடீர்ப் பதார்த்தமாய் புதிதாக உருவாக்கப்பட்டதென வாய்மொழி உலவுகிறது,

பொரியல், கூட்டு, மசியல், வறுவல், துவையல் போன்ற விதவிதமான தொடுகறி பதார்த்தங்களின் குணங்களைக் கொண்டிருப்பது இதன் சிறப்பு. உடலுக்குத் தேவையான போஷாக்கு நிறைந்தது இதுவென உணவு நிபுணர்கள் கருதுகின்றனர்,

சுண்டு விரல் நீளத்தில் மிகலேசாகக் காய்கறிகள் நறுக்கப்பட்டு கூறுகூறாய் பெரிய தட்டுகளில் வைத்திருப்பதே தனியழகு. அகண்ட உருளியில் அளவாக நீர் ஊற்றி அரிந்த காய்களை அதனதன் தன்மைகளுக்கேற்ப ஒன்றின் மேல் ஒன்றாகப் பரப்பி இடுவதுதான் அவியலின் முக்கிய சூத்திரம். முதலில் சேனை அதன்மேல் முருங்கை அப்புறம் சீனி, அவரைக்காய், வாழை, கத்திரி, மாங்காய் மேற்பரப்பில் நீர்ச்சத்துக் காய்களாக வெள்ளரி, தடியங்காய் (வெண்பூசணி) தேர்ந்த சமைப்புக்காரர் ஆவிமுகர்ந்தே வேகும் பதத்தை அறிந்திடுவார். சில சமையலாளரிடம் நடு அடுக்கின் காய்கள் மாறுபடலாம்; ஆனால் கீழடுக்கில் சேனை மேல்பரப்பில் வெள்ளரி என்பதே அனைவரது அவிப்பு முறையிலும் மாறாதவிதி. அதிலும் அரைவேக்காடுதான் தலையாய பிரமாணம்.

பஞ்ச பாண்டவர்கள் வனவாசம் முடிந்ததும் விடைபெறும் முகமாக வனப்பிரபஸ்தர்களுக்கு விருந்தளித்தனர். கட்டுக்கடங்காத கூட்டம். அன்னம் மட்டுமே மீந்து இருக்க துணைப் பதார்த்தங்கள் தீர்ந்துவிட்டன. எழுவகைப் பதார்த்தங்களையும் உடனே ஆக்கிட

முடியாதேயென பாஞ்சாலி கலங்கினாள். ஆறுதல் உரைத்த பீமன் தனது பராக்கிரமத்தைக் காட்டினான், பசியாறிய ரிஷிகளின் பிரதானவர் "எங்கள் வாழ்நாளில் இத்தகையான ஒன்றை ருசித்ததில்லையே. இன்று படைத்த பதார்த்தத்தின் சூட்சுமம் யாதோ," யென வினவ பீமன் இவ்வாறு பதிலிறுத்தான் "பிரம்மரிஷியாகிய தாங்கள் அறியாததல்ல... எல்லாம் தெரிந்து ஆக்கப்படுபவை உற்பத்திகள்... படைப்பென்பது உதாரணமும் உபாயமுமற்ற வெளிப்பாடு."

இக்கட்டான புறச்சூழ்நிலையிலும் மாற்றாகவொன்றைக் கண்டடையக்கூடிய பீமனின் சமயோஜித தர்க்க சிந்தனை யா/ஒ—விடம் செயல்பட்டிருக்கிறது. எந்தவொரு தத்துவப் பிரிவினரின் பிடிக்குள்ளும் சிக்காமல் நழுவிநழுவிச் செல்வது இப்பிரதியின் கூடுதல் சிறப்பு. ஆகவே நாம் இதனை அவியல் கோட்பாடு என்று வரையறுக்கலாம்.

இப்பிரதி சில ஆண்டுகளுக்கு முன்பே வெளிவந்திருக்க வேண்டும். பல்வேறு சமயம் சார்ந்த இறையியல் நூல்களைப் பதிப்பித்துவரும் ஒரு வெளியீட்டகத்தார் முதலில் இந்நூலை, அதன் செய்யுள் வடிவிலேயே அருஞ்சொற்பொருள் விளக்கத்துடன் அச்சிடுவதாக முடிவெடுத்தனர். அவர்களது பிரசுரகத்து மேற்பார்வையாளரின் அபிப்பிராயமென இவற்றில் உள்ள சில பாடல்கள் இடைச்செருகல் என்றும் அவற்றை நீக்கிவிட்டுப் பதிலாக அதே இலக்கணப் பாவகையில் புதிதாய் எழுதிச் சேர்த்திருப்பதாகவும் தெரி—வித்தார்கள். இதற்கு செம்பள்ளி ஆய்வுக் குழுவினர் சம்மதிக்காததால் நூலாக்கத்தை அப்படியே கிடப்பில் போட்டுவிட்டார்கள், ஏன் தாமதப்படுத்துகிறீர்கள்யெனக் கேட்டால், நூலகத்துறை ஆணை கிடைக்கவில்லை; காகித விலை உயர்வுயென ஒவ்வொரு முறையும் வெவ்வேறு காரணங்கள். என்ன செய்வதென்றே தெரியவில்லை. பின்னர் இங்கு பெயர் குறிப்பிட விரும்பாத ஓர் அமைப்பினரின் தலையீட்டால் இப்பிரதி மீட்கப்பட்டது.

நமது இலக்கிய சூழலில் இதுவொன்றும் புதிதல்ல; தொன்றுதொட்டே நடப்பதுதான் என்றாலும் மாற்றுக் கருத்துகளுக்கும் முக்கியத்துவம் அளிக்கும் இன்றைய பரவலான பதிப்புச் சூழலிலும் வெளிவரும் ஒவ்வொரு நூல்களுக்குப் பின்னால் இதுபோன்ற அறியப்படாத ரகசியங்களே இருக்கின்றன போலும்.

இது கர்ணபரம்பரைக் கதை

மும்மூர்த்திகள் எனும் சொற்பதம் முன்பு பெருஞ்சமயக்

கடவுளரான தாணு, மால், அயனைப் குறித்திருக்கவில்லையாம். தனித்தனி தத்துவ நிறுவகர்களான மற்கலிகோசலர், மகாவீரர், கோதமபுத்தர் இம்மூவர்களே முற்காலத்தில் மும்மூர்த்தியரென அன்றைய மக்களால் மிக இயல்பாக அழைக்கப்பட்டிருந்தனராம். பிந்தைய காலத்தில் சைவமும், வைணவமும் மேலோங்கியதும் இம்மூர்த்தியருக்கு மாற்றாகப் புதிய முகம்கொடுக்க முற்பட்டபோது முதலாம் சமண தீர்த்தங்கரான ஆதிநாதர்யெனும் ரிஷபதேவரைத் தாணுயென சைவர்களும், மகாவிஷ்ணுவின் அவதாரமாகக் கருதப்பட்ட புத்தரை மால் என வைணவர்களும் எடுத்துக்கொள்ள, இவர்கள் இருவரைவிடவும் அறுபது வயது முதியவரான மற்கலிகோசருக்குப் பொருத்தமான புராணீகக் கடவுள் எவரும் கிட்டாததால் தங்களால் புறக்கணிக்கப்பட்டு வழிபாடுகளற்றுச் செல்வாக்கிழந்த பிரம்மனையே வேறுவழியின்றிச் சேர்த்துக்கொண்டனராம்,

இதனோடு தொடர்புடைய கிளைக் கதை இது

உடல் உழைப்பிலிருந்து முற்றிலும் விலகி வணிகம் நோக்கி நகர்ந்துவிட்ட சமணப் பெருஞ்சமயத்தார், அரச குல மரபினராக மகாவீரர் மற்றும் புத்தருக்கு இணையாக மற்கலியையும் சேர்க்க முதலில் ஒப்புக்கொள்ளவில்லையாம். கடும் கண்டனம் தெரி—வித்தார்களாம், உடனே பவுத்தத் துறவிகள் தலையிட்டு மற்கலி என்றும் நம் வணக்கத்திற்குரியவர். இம்மண்ணின் மகத்தான சிந்தனையாளர்களில் அவரும் ஒருவர், அவரது கருத்துக்களில் இருந்து முரண்பட்டே சமண பவுத்தத் தத்துவங்கள் தோன்றின. எனவே மும்மூர்த்திகளில் அவரும் இருப்பதே சிறப்பு, அங்ஙனம் இல்லையென்றால் மற்கலியோடு எங்கள் சாக்கியரையும் விலக்கிவிடுங்கள் என்றனராம்.

ஆசீவகவாதிகள் இயல்பிலேயே பிடிவாத குணம் உடையவர்கள், தங்கள் சமயத்திற்கு ஏற்பட்ட இக்கையறுநிலையால் கேள்வியுற்ற ஆசீவகத் தலைமைக் கணியர்கள், கலவரத்தில் ஈடுபட்டோரை மதப்பிரதிஷ்டம் செய்வதாக அறிவித்ததோடு இவர்களைப் பிறசமயத்தார் யாரும் தங்களோடு இணைத்துக்கொள்ளக் கூடாதென்றும் பிரகடனப்படுத்திவிட்டார்களாம்.

இதனால் மேலும் மனம் வெகுண்ட ஆசீவகவாதிகள் ஒட்டுமொத்தமாக சைவத்திற்கு மாறிவிட்டனராம். இக்கட்டுக்கதை எந்தப் புண்ணியவான் கைங்கர்யமோ, இதுவெல்லாம் நம்பும்படியாகவா இருக்கிறது!

கள ஆய்வில் பெற்ற கதை

(தகவலாளி மு. சந்திகாவலப்பெருமாள், வயது – 72)

ஆசான், யா/ஒ தன் இறுதிச் சடங்கை மகன்களுடன் தனது பிரதான சீடன் யா/அவும் இணைந்து செய்ய வேண்டுமென விருப்பப்பட்டிருக்கிறார். அவரது மறைவுக்குப் பின் கொள்ளி வைத்தவர்களுக்கும் சொத்தில் பங்குதர வேண்டுமே என்பதனால் ஆசானின் குடும்பத்தார் சீடனைத் தடுத்துவிட்டார்கள். ஆனால் தனது ஆசானின் கடைசி ஆசையை நிறைவேற்றுவதற்காக சீடன் நள்ளிரவில் தனியாக யாருக்கும் தெரியாமல் சுடுகாட்டிற்குச் சென்று கனன்றிருந்த ஆசானின் சடலத்திலிருந்து சில எலும்புகளை எடுத்து கலயத்தில் இட்டு தனது குடிலின் வடகிழக்கு மூலையில் புதைத்துவிட்டான். மறுநாள் காடாற்றுக்குச் சென்ற மகன்கள் சிதை மூட்டம் குலைத்திருப்பது கண்டு யா/அ வின் காரியம்தான் யென சீடனை ஊரைவிட்டே துரத்தியடித்துவிட்டனர். அவனும் ஒவ்வோர் ஊராகச் சென்று ஆசானின் பாடல்களைப் பாடி யாசகம் பெற்று பித்துபிடித்தவனாய் அலைந்து திரிந்திருக்கிறான்,

பின்னாளில் சீடன் புதைத்த இடத்தில் புற்று வளர அதை அறிந்த மகன்கள் தங்கள் தந்தையின் மகிமையேயென அவ்விடத்தில் சமாதி கட்டினர். நாளடைவில் பலரது நம்பிக்கைக்குரிய வழிபாட்டுத் தலமாக நிலைபெற்றுவிட்டது,

தகவலாளி கேட்டுக்கொண்டதன் பேரில் அந்த சமாதி இருக்கும் இடம் இங்கு குறிப்பிடப்படவில்லை.

நீதிபோதனை நூல்களுக்குரிய சம்பிரதாயமான வைப்புமுறை யா/ ஒ — வில் பின்பற்றப்படவில்லை. மாற்றிக் கலைத்து அடுக்கி இருப்பதின் மூலம் வாழ்வின் பன்முகப்பட்ட நடைமுறை மற்றும் பின்பற்றுதல்களுக்கு சமத்துவம் கொடுத்திருக்கிறது.

பெரும்பொழுதின் காலமாற்றங்களுக்கேற்ப விளைந்த சிந்தனைகளைத் தொகுத்தளித்திருக்கிறது.

தாய் வழிச் சமூகத்தின் பண்பை புனிதம் — தீட்டுயென புறந்தள்ளவும் இல்லை,

இனமொழி பிரதேசப் பெருமிதங்கள் கொண்டாடப்படவில்லை. உன்னத ஞானத்தைப் பெற இல்லறத்தைத் துறக்கும்படி வலியுறுத்தவில்லை,

பண்டைய மக்கள் தொழில்சார் பிரிவினராகக் குறிப்பிடப்பட்டுள்ளனரேயன்றி சாதியப் பாகுபாடுகள் சுட்டப்படவில்லை.

இயற்கையின் நியதிவழி ஒழுகுவதை வலியுறுத்துவதன் மூலம் கடவுள் இருப்பைப் பொருட்படுத்தவில்லை,

எல்லாவற்றிற்கும் மேலாகப் பிறப்பால் ஏற்றத்தாழ்வு கற்பிக்கப்படவில்லை.

பிரதிக்கு வெளியே இப்பனுவலை மெல்லிய இடைவெளிகள் கொண்ட ஒரு நாவலாகவும் வாசிக்கலாம். இதுவரையிலான இந்தியத் தத்துவங்கள்மீதான பகடியாகவும் வாசிக்கலாம்.

இதுபோன்ற மேலும் பல நுண்ணிய வாசிப்புகளை வாசகர்கள் கண்டடையலாம். ஆனால் ஒரு பெண்ணாக எனக்குள் எழும் முக்கியக் கேள்வி, ஓரறிவுப் புல்முதற்கொண்டு ஐம்பெரும் பூதங்களிலான இப்பேரண்டம் முழுவதையும் தத்துவமயமாய் மாற்றிட விழையும் ஆண்மைய ஒற்றைவாதம் தான் தத்துவங்களின் உலகமாக இன்னும் தொடர வேண்டுமா ?

தியானத்தின் தொடக்கத்தில் நம் கண்களுக்கு வெறும் பனித்திரை அல்லது புகைமூட்டமே தெரியும். அடுத்த நிலையில் மூடிய இமைகளுக்கு வெளிப்புறத்தில் மின்மினிகள் மொய்க்கும். உடனே நாம் விழிகளைத் திறந்துவிட்டால் அவை காணாமல் போய்விடும். அடுத்தடுத்த தொடர்ச்சியான தியானிப்பின் மூலம் இந்த மின்மினிகள் சுழன்று சுழன்று மெல்ல உயர்ந்து ஏழு வண்ணம்கொண்ட பெருஞ்சுடராய் ஒளிவிடும் இதையே பவுத்தமரபில் யோகதாரா என்கின்றனர். தமிழ் வழக்கில் பிக்குணியென்று சொல்லப்படுகிறது. ஒவ்வொரு வண்ணமும் மூன்று படிநிலைகளைக் கொண்டது. ஆக இருபத்தியோரு தாரகையர், நமது நாட்டார் வழக்கில் உள்ள இருபத்தியோரு தேவதைகளை இதனுடன் ஒப்பிடலாம். பின்னாளில் ஆதிசங்கரரால் நிறுவப்பட்ட ஐம்பத்தியோரு சக்தி பீடங்கள் இத்தாரகையரை உள்ளடக்கியதுதான். எடுத்துக்காட்டாக, இன்றைய காஞ்சி காமாட்சி முந்தைய பவுத்தத்தின் கறுப்பு வண்ண தாரா தேவி தான். இதைப்போல் தமிழகத்தில் உள்ள மிகப் பிரபலமான சில அம்மன்கள் எல்லாம் வெவ்வேறு வண்ணத்தின் தாரகையரே. அதற்குள் நாம் போக வேண்டாம். மேலும் இது குறித்து விரிவாக எனது ஆய்வு நூலில் எழுதப்பட்டிருக்கிறது *(பழந்தமிழ்ப் பண்பாட்டில் பெருமனைக் கிழத்தியர்)*

நம் காலத்தின் நம்பிக்கையான பெண் போதிசத்துவர் அவதரிப்பார் என்பது என்னளவில் பொய்த்துப்போகக்கூடியதல்ல.

இறுதியாக என் மனதிற்கு நெருக்கமான நித்ய யாசகியின் கவிதை வரிகளோடு தற்காலிகமாக விடைபெறுகிறேன். தொடர்ந்து நாம் யா/ஓ மறைக்கப்பட்ட மார்க்கம் குறித்து மனத்தடையின்றி உரையாடலாம்.

"தென்முகத்தி"

காலங்காலமாய்த் தனித்து நின்று
கடுந்தவம் மேவும் கன்னிதேவியின்
மூடிய இமைகளின் உட்புறத்தில்
நீலவண்ணத்தின் பிரளயம்

வாழ்த்துகளுடன்
அம்பிகா வள்ளிநாயகம்

அக்கரை
சுசீந்தரம் 629 704
கன்னியாகுமரி மாவட்டம்
செல்—9790594363

முன்னாள் தேவஸ்தான ஸ்ரீகாரியம்
பொறுப்பாசிரியர்,
கோயில் களஞ்சியம், சிற்றேடு மற்றும்
அவ்வை பண்பாட்டுப் பேரவை,

ஆய்வு நூல்கள்
தமிழர் தத்துவமரபில் பெண்கள்
(ஏலாதி விருது)
பழந்தமிழ்ப் பண்பாட்டில் பெருமனைக் கிழத்தியர்
(அழகியநாயகி அம்மாள் விருது)